கிதார் இசைக்கும் துறவி

சிறுகதைத் தொகுப்பு

எஸ். ராமகிருஷ்ணன்

தேசாந்திரி பதிப்பகம்

தேசாந்திரி பதிப்பக வெளியீடு: 118

கிதார் இசைக்கும் துறவி : சிறுகதைத் தொகுப்பு
எஸ். ராமகிருஷ்ணன்

முதல் பதிப்பு: டிசம்பர் 2023

தேசாந்திரி பதிப்பகம்,
டி-1, கங்கை அப்பார்ட்மெண்ட்,
110, 80 அடி ரோடு, சத்யா கார்டன்,
சாலிக்கிராமம், சென்னை 600 093.
தொலைபேசி: 044 23644947.
விலை: ரூ.180

Guitar Isaikum Thuravi - Short Stories
S.Ramakrishnan ©

First Edition: Dec 2023, Pages: 152
Size: Demy 1x8, Paper: 18.6 kg maplitho

Published by :
Desanthiri Pathippagam
D-1, Gangai Apartments,
110, 80-Feet Road, Satya Garden, Saligramam,
Chennai - 600 093, Ph: 044 2364 4947
Email : desanthiripathippagam@gmail.com
www.desanthiri.com

ISBN: 978-93-93099-74-7
Wrapper Design: Manikandan
Book Design: Gurunathan M
Printed by: Ramani Print Solution, Chennai.

Price: Rs. 180

எஸ். ராமகிருஷ்ணன்

எஸ். ராமகிருஷ்ணன், விருதுநகர் மாவட்டம் மல்லாங்கிணறு கிராமத்தில் 1966இல் பிறந்தார். முழுநேர எழுத்தாளரான இவர் தற்போது சென்னையில் வசிக்கிறார்.

சிறுகதைத் தொகுப்புகள்: எஸ். ராமகிருஷ்ணன் கதைகள், நடந்து செல்லும் நீரூற்று, போயர்பாக் கண்டறிந்த மழைக்கோவில், தனிமையின் வீட்டிற்கு நூறு ஜன்னல்கள், அவளது வீடு, பதினெட்டாம் நூற்றாண்டின் மழை, அப்போதும் கடல் பார்த்துக்கொண்டிருந்தது, நகுலன் வீட்டில் யாருமில்லை, புத்தனாவது சுலபம், வெளியில் ஒருவன், காட்டின் உருவம், தாவரங்களின் உரையாடல், வெயிலைக் கொண்டு வாருங்கள், பால்ய நதி, மழைமான், குதிரைகள் பேச மறுக்கின்றன. காந்தியோடு பேசுவேன், சைக்கிள் கமலத்தின் தங்கை, சிவப்பு மச்சம், கர்னலின் நாற்காலி, என்ன சொல்கிறாய் சுடரே, ஐந்து வருட மௌனம்.

நாவல்: உப பாண்டவம், நெடுங்குருதி, உறுபசி, யாமம், துயில், நிமித்தம், சஞ்சாரம், இடக்கை, , பதின், ஒரு சிறிய விடுமுறைக்கால காதல் கதை, மண்டியிடுங்கள் தந்தையே.

கட்டுரைத் தொகுப்புகள்: விழித்திருப்பவனின் இரவு, இலைகளை வியக்கும் மரம், என்றார் போர்ஹே, கதாவிலாசம், தேசாந்திரி, கேள்விக்குறி, துணையெழுத்து, ஆதலினால், சித்திரங்களின் விசித்திரங்கள், காற்றில் யாரோ நடக்கிறார்கள், கோடுகள் இல்லாத வரைபடம், மலைகள் சப்தமிடுவதில்லை, வாசகபர்வம், சிறிது வெளிச்சம், காண் என்றது இயற்கை, குறத்தி முடுக்கின் கனவுகள், என்றும் சுஜாதா, சாப்ளினுடன் பேசுங்கள், கூழாங்கற்கள் பாடுகின்றன, ரயிலேறிய கிராமம், பிகாசோவின் கோடுகள், இலக்கற்ற பயணி, ஆயிரம் வண்ணங்கள்.

திரைப்பட நூல்கள்: பதேர் பாஞ்சாலி — நிதர்சனத்தின் பதிவுகள், அயல் சினிமா, அரூபத்தின் நடனம், இன்னொரு பறத்தல், நான்காவது சினிமா, வெண்ணிற நினைவுகள், காட்சிகளுக்கு அப்பால், உலக சினிமா, பேசத்தெரிந்த

நிழல்கள், இருள் இனிது ஒளி இனிது, குற்றத்தின் கண்கள், பறவைக் கோணம், சாமுராய்கள் காத்திருக்கிறார்கள்.

குழந்தைகள் நூல்கள்: கால் முளைத்த கதைகள், ஏழு தலைநகரம், கிறுகிறு வானம், எலியின் பாஸ்வேர்டு, முட்டாளின் மூன்று தலைகள், அபாய வீரன், அண்டசராசரம், சாக்ரட்டீஸின் சிவப்பு நூலகம், நீலச்சக்கரம் கொண்ட மஞ்சள் பேருந்து, பறந்து திரியும் ஆடு, டான் டூனின் கேமிரா, விலங்குகள் பொய் சொல்வதில்லை, சிரிக்கும் வகுப்பறை, அக்கடா, கடலோடு சண்டையிடும் மீன்.

உலக இலக்கியப் பேருரைகள்: ஆயிரத்தொரு அரேபிய இரவுகள், ஹோமரின் இலியட், செகாவ் வாழ்கிறார், செகாவின் மீது பனி பெய்கிறது, எனதருமை டால்ஸ்டாய், காஃப்கா எழுதாத கடிதம், ஷேக்ஸ்பியரின் மெக்பத், ஹெமிங்வேயின் கடலும் கிழவனும், தஸ்தாயெவ்ஸ்கியின் குற்றமும் தண்டனையும், லியோ டால்ஸ்டாயின் அன்னா கரீனினா, பாஷோவின் ஜென் கவிதைகள்.

வரலாறு: எனது இந்தியா. மறைக்கப்பட்ட இந்தியா.

நாடகத் தொகுப்பு: அரவான், சிந்துபாத்தின் மனைவி, சூரியனைச் சுற்றும் பூமி.

நேர்காணல் தொகுப்பு: எப்போதுமிருக்கும் கதை, பேசிக்கடந்த தூரம்.

மொழிபெயர்ப்புகள்: நம்பிக்கையின் பரிமாணங்கள், ஆலீஸின் அற்புத உலகம், பயணப்படாத பாதைகள்.

தொகை நூல்: அதே இரவு அதே வரிகள் (அட்சரம் இதழ்களின் தொகுப்பு), வானெங்கும் பறவைகள்.

ஆங்கிலத்தில் வெளிவந்துள்ள நூல்கள்: Nothing but water, Whirling swirling sky.

இணையதளம்: www.sramakrishnan.com

மின்னஞ்சல்: writerramki@gmail.com

முன்னுரை

புத்தரையும் புத்த துறவிகளையும் மையமாகக் கொண்டு பத்துக்கும் மேற்பட்ட சிறுகதைகளை எழுதியிருக்கிறேன். அந்த வரிசையில் இன்னொரு கதை கிதார் இசைக்கும் துறவி. புத்தபிக்குவின் இசையைப் பற்றியதாக இருந்தாலும் இக்கதை அப்பாவிற்கும் மகளுக்குமான உறவைப் பற்றியதே.

வான்கோ மஞ்சள் நிறத்தையும் பிகாசோ நீல நிறத்தையும் குறிப்பிட்ட காலகட்டத்தில் அதிகம் பயன்படுத்தி ஓவியம் வரைந்திருக்கிறார்கள். அப்படி கடந்த இரண்டு ஆண்டுகளில் நான் எழுதிய கதைகளின் மையமாக அப்பாவும் மகளும் வருகிறார்கள். அவர்களைப் பற்றி வேறுவேறுவிதமாக எழுதிப் பார்க்கிறேன். நம் ஒவ்வொருவருக்குள்ளும் ஒரு கிங் லியர் இருக்கிறார். அவர் நடந்த பாதையில் தான் நாமும் நடக்கிறோம்.

இந்தத் தொகுப்பிலுள்ள குறுங்கதைகளை எழுதிய தருணத்தில் மிகவும் மகிழ்ச்சி அடைந்தேன். ஆள் உயர சிற்பங்கள் செய்வதை விடவும் காகிதக் கொக்கு செய்வதில் அதிகம் மகிழ்ச்சி கிடைக்கிறது. சவால் இருக்கிறது.

இந்தத் தொகுப்பிலுள்ள சில கதைகள் தமிழில் வெளியான உடனே ஆங்கிலத்திலும் மலையாளத்திலும் தெலுஙகிலும் வெளியாகி புதிய வாசகர்களை பெற்று தந்திருக்கிறது. அதற்கு காரணமாக இருந்த மொழிபெயர்ப்பாளர்களுக்கு மனம் நிறைந்த நன்றி.

இந்தக் கதைகளை வெளியிட்ட அந்திமழை, விகடன் தீபாவளி மலர், தி இந்து தமிழ் தீபாவளி மலர், உயிர்மை, காலம் இதழ்களுக்கு நன்றி.

என்றும் நன்றிக்குரிய வழிகாட்டிகளாக விளங்கும் கவிஞர் தேவதச்சன். ஆசான் எஸ்.ஏ.பெருமாள் இருவருக்கும், தேசாந்திரி பதிப்பகத்திற்கும், என்னையும் எழுத்தையும் அரவணைத்துச் செல்லும் மனைவி சந்திரபிரபா பிள்ளைகள் ஹரி பிரசாத் மற்றும் ஆகாஷ், நூலாக்கம் செய்த மணிகண்டன், உதவி புரிந்த குரு, அன்புகரன் உள்ளிட்ட அனைவருக்கும் அன்பும் நன்றியும்

மிக்க அன்புடன்
எஸ்.ராமகிருஷ்ணன்
சென்னை. நவம்பர் 1 .2023

உள்ளே...

1.	இரவுக் காவலாளியின் தனிமை	9
2.	முகமது அலியின் கையெழுத்து	19
3.	தர்மகீர்த்தியின் மயில்கள்	29
4.	கிதார் இசைக்கும் துறவி	37
5.	கதவைத் தட்டிய கதை	49
6.	அவனது மௌனமும் அவளது மௌனமும்	52
7.	உறக்கத்தின் குகையில் யார் வசிக்கிறார்கள்	54
8.	பனிக்கரடியின் கனவு	57
9.	செகாவின் துப்பாக்கி	66
10.	கடைசி விலங்கு	68
11.	பழைய மனிதர்	70
12.	நீலாம்பூர் சென்றவன்	73
13.	தலைகள் இரண்டு	80
14.	அப்பாவின் பெயர்	87
15.	வலது கன்னம்	97
16.	கோபத்தின் எடை	112
17.	சிறிய கண்டுபிடிப்பாளன்	126
18.	வகுப்பறையில்ஒரு திமிங்கலம்	133

இரவுக் காவலாளியின் தனிமை

மாநகரில் தன்னைப் போல ஆயிரம் பேர்களுக்கு மேலாக இரவுக் காவலாளிகள் இருக்கக்கூடும் என்று ஜோசப் நினைத்துக் கொண்டான். மற்றவர்களுக்கும் அவனுக்குமான வேறுபாடு முக்கியமானது. அவன் ஒரு தேவாலயத்தின் இரவுக்காவலாளியாக இருந்தான்.

கர்த்தருக்கும் திருடனுக்கும் நடுவே தானிருப்பதாக உணர்ந்தான்.

புனிதமரியன்னை தேவாலயம் நூற்றாண்டு பழமையானது. கோவிலின் பெரிய கோபுரம் நூற்று இருபது அடி உயரம் கொண்டது. கோவிலின் உட்பகுதியில் எட்டு பெரிய சாளரங்கள் இருந்தன. அவற்றில் நிறப்பதிகைக் கண்ணாடி அமைக்கப்பட்டு, சூரிய வெளிச்சம் கோவிலின் உள்ளே வண்ணமயமாக ஒளிரும்படி அமைக்கப்பட்டிருந்தன.

நகரின் பிரதான சாலையொன்றில் இருந்த அந்த தேவாலயத்தின் நுழைவாயிலில் பைபிள் மற்றும் பிரசுரங்கள் விற்கும் கடை ஒன்றிருந்தது. உள்ளே இரண்டு வீடுகள். ஒன்றில் தோட்ட வேலை செய்யும் தங்கசாமி குடியிருந்தார். மற்றது ஃபாதர் சேவியருக்கானது. அந்த வளாகத்தின் உள்ளே சிறிய அச்சுக்கூடம் ஒன்று ஐம்பது ஆண்டுகளுக்கு முன்பு இயங்கி வந்திருக்கிறது. தற்போது மூடப்பட்டிருந்தது. பைபிள் கடையின் இடதுபுறமிருந்த கண்ணாடி பெட்டிக்குள் பெரிய பைபிள் ஒன்று வைக்கப்பட்டிருந்தது. அதில் தினமும் ஒரு பக்கம் வாசிக்கும்படியாகத் திறந்து வைத்திருப்பார்கள். இரவிலும் அந்த வாசகங்களைப் படிக்க விளக்குப் பொருத்தப்பட்டிருக்கும்.

சில நாட்கள் பின்னிரவில் ஜோசப் அந்த வாசகங்களை திரும்பத் திரும்ப படித்துக் கொண்டிருப்பான். "ஆண்டவர் என்னைத் தம் அன்பனாகத் தேர்ந்தெடுத்துள்ளார்; நான் மன்றாடும் போது அவர் எனக்குச் செவிசாய்க்கின்றார்." என்று ஒரு நாள் இரவு அவன் படித்த வாசகம் அவன் மனதை வெகுவாக கவர்ந்தது. தான் இரவுக்காவலாளியாக நியமிக்கப்பட்டதும் இதனால் தானோ என்று நினைத்துக் கொண்டான்.

தேவாலயத்தினைச் சுற்றிலும் பெரிய மதிற்சுவர்கள் கட்டப்பட்டிருந்தன. சிறிய கெபி ஒன்றும் இருந்தது. அந்த தேவாலயத்தின் வெண்கல மணி லிஸ்பனிலிருந்து கப்பலில் கொண்டு வரப்பட்டது என்பார்கள்.

ஐந்து ஆண்டுகளுக்கு முன்பு ஒரு நாள் இரவு யாரோ விஷமிகள் அந்த தேவாலய சுவரில் ஆபாச சுவரொட்டிகளை ஒட்டிச் சென்றுவிட்டார்கள். அதைக் கண்டு அதிர்ச்சி அடைந்த ஃபாதர் சேவியர் தண்ணீர் ஊற்றி சுவரை சுத்தம் செய்ய வைத்ததோடு இரவுக்காவலாளி ஒருவரையும் பணியில் நியமிக்க வேண்டும் என்று உத்தரவிட்டார்.

அவனுக்கு முன்பாக வேலையில் இருந்தவர்கள் யார் என்று அவனுக்குத் தெரியாது. ஆனால் வேலையில் சேரும் நாளில் ஃபாதர் சேவியர் அவனிடம் சொன்னார்.

"நைட் எப்போ வேணும்னாலும் நான் வந்து செக் பண்ணுவேன். ஒரு சொட்டு தூங்க கூடாது. கேட்டை விட்டு அந்தப் பக்கம் இந்தப் பக்கம் போகக் கூடாது. ஏதாவது அவசரம்னா இந்த மணியை அடிக்கனும். நான் வருவேன்" என்று கேட்டை ஒட்டி இருந்த அழைப்பு மணியின் பொத்தானைக் காட்டினார்.

ஜோசப் வேலையை ஏற்றுக் கொண்ட சில நாட்களிலே பத்து மணிக்கு ஃபாதர் உறங்க ஆரம்பித்தால் காலை ஆறரை மணிக்கு தான் எழுந்து கொள்வார் என்பதை அறிந்து கொண்டுவிட்டான். தோட்டக்கார தங்கசாமி இருமலால் அவதிப்படுவதால் சில நேரம் பின்னிரவிலும் உறங்காமல் இருமிக் கொண்டேயிருக்கும் சத்தம் கேட்கும். ஒரு நாள் விடிகாலையில் தங்கசாமிக்கு மூச்சிரைப்பு வந்து அவதிப்பட்ட போது அவரை ஜோசப் தான் மருத்துவமனைக்கு அழைத்துப் போய் வந்தான்.

ஜோசப் அருகிலுள்ள வீராச்சாமி தெருவில் ஒரு மாடி அறையை வாடகைக்கு எடுத்துத் தங்கியிருந்தான். மிகச் சிறிய அறை. ஒரு மனிதன் பகலில் உறங்குவதற்கு போதுமான இடம். கீழே இருந்த வீட்டின் குளியல் அறையை பயன்படுத்திக் கொள்ள வேண்டும். சில நாட்கள் அவனுக்கு பகலிலும் உறக்கம் வராது. பாயை விரித்துப் போட்டு படுத்துக் கொண்டு கடந்த காலத்தைப் பற்றி நினைத்துக் கொண்டிருப்பான்.

துயரமான கடந்த காலத்தைக் கொண்டவர்களால் மட்டுமே இரவில் விழித்துக் கொண்டிருக்க முடியும். ஏதாவது ஒரு பழைய நினைவு போதும் அந்த நாளை உறங்க விடாமல் செய்துவிடும். அப்படித்தான் அவனும் இரவில் விழித்துக் கொண்டிருந்தான்.

••

தேவாலயத்தின் நுழைவாயில் தெற்கு நோக்கியதாக இருந்தது. ஆள் உயர இரும்பு கேட்டுகள். அதை ஒட்டி மடக்கு நாற்காலி ஒன்றை போட்டு இரவில் காவலிருப்பான்.

கையில் ஒரு டார்ச்லைட். பிளாஸ்டிக் கூடை ஒன்றில் தண்ணீர் பாட்டில். பிஸ்கட் பாக்கெட், கொஞ்சம் திராட்சை பழங்கள் வைத்திருப்பான். அவனுக்கு வயது நாற்பதைக் கடந்து விட்டிருந்தது. இன்னமும் திருமணம் செய்து கொள்ளவில்லை. அவனை விட மூன்று வயது மூத்த அக்கா சாராவிற்கே இன்னமும் திருமணம் நடக்கவில்லை. இதை எல்லாம் பற்றிக் கவலைப்படுவதற்கு எவருமில்லை. அவனது அம்மாவும் அப்பாவும் இறந்து போய்ப் பலவருடமாகிவிட்டது.

அவனது அப்பா மோசஸ் முதலாளியிடம் கார் டிரைவராக இருந்தவர். ஒரு விபத்தில் கை எலும்பு உடைந்து போகவே கார் ஓட்ட முடியாமல் போனது. அதன்பின்பு மோசஸ் முதலாளியின் பீடிக்கம்பெனியில் அவருக்கு ஒரு வேலை போட்டுக் கொடுத்தார்கள். அவரது குடியால் அந்த வேலையிலும் நிலைக்கமுடியவில்லை. குடிக்கக் காசில்லாமல் திருடத் துவங்கி பலவிதங்களிலும் அவர்களுக்கு அவமானத்தை தேடித் தந்தார்.

அவர் ஏற்படுத்திய அவமானத்திற்காக அம்மா கூனிக்குறுகிப் போனாள். வீட்டுக் கதவை பகலிலும் அடைத்து வைத்தே இருந்தாள்.

கிதார் இசைக்கும் துறவி ф 11

மைக்கேல் வாத்தியாரின் மகன் ஒரு நாள் நடுத்தெருவில் அப்பாவை அடித்துக் கொண்டிருப்பதைப் பார்த்தபோது அவனுக்குத் தடுக்க வேண்டும் என்று தோன்றவேயில்லை. போதுமான அவமானங்களைச் செய்து முடித்த அவனது அப்பா ஒரு நாள் கல்லறை தோட்டத்து மரம் ஒன்றில் நிர்வாணமாகத் தூக்கில் தொங்கினார். அம்மா அவரது மரணத்திற்காக கண்ணீர் வடிக்கவில்லை. ஆனால் மனதிற்குள் அழுதிருப்பாள். இது நடந்த மூன்றாம் வாரம் அம்மா உறக்கத்திலே இறந்து போயிருந்தாள்.

அதன்பின்பு அவனும் அக்காவும் மட்டுமே வசித்தார்கள். அவர்களுக்குள் பேசிக் கொள்வதும் குறைந்துவிட்டது. அக்கா சில நாட்கள் பகலிரவாக பைபிள் படித்துக் கொண்டிருப்பாள். சமைக்கமாட்டாள், சாப்பிடமாட்டாள். ஞாயிற்றுக்கிழமை பிரார்த்தனைக்குப் போகையில் சத்தமாக அழுது பிரார்த்தனை செய்வாள். சில நேரம் மெழுகுவர்த்தியைக் கையில் பிடித்தபடியே இருட்டிற்குள் அமர்ந்திருப்பாள். அவளது மௌனம் அவனைத் துன்புறுத்தியது. அவனால் அந்த வீட்டில் இருக்க முடியவில்லை. இதற்காகவே ஊரை விட்டு வெளியேறினான்.

நகரம் தன்னை மறைத்துக் கொண்டு வாழ்பவர்களுக்கானது. இங்கே எந்த அடையாளத்துடனும் எவரும் வாழ முடியும். இரவுக்காவலாளி என்பதும் அப்படி ஒரு அடையாளமே!

கிராமத்தில் கண்விழித்துப் பாதுகாக்க வேண்டிய அரும்பொருள் எதுவும் கிடையாது. அத்தோடு இப்படி ஒருவர் இரவெல்லாம் விழித்திருக்க முடியாது. ஊர் அறிந்துவிடும். வயல்வெளியில் காவலுக்கு இருப்பவர்கள் கூட கயிற்றுக்கட்டில் போட்டு உறங்கத்தான் செய்வார்கள். ஆனால் நகரின் இரவு விநோதமானது. இருள் பழகிய மனிதர்கள் இருந்தார்கள். இரவில் அரங்கேறும் குற்றங்கள் விநோதமானவை.

அவனது தேவலாயம் இருந்த சாலை ஒரு வெள்ளைக்கார கர்னலின் பெயரில் இருந்தது. அந்த கர்னலின் வீடு ஒருவேளை இந்தத் தெருவில் இருந்திருக்கக் கூடும். அந்தச் சாலையில் ஒரு காலத்தில் நிறைய மருதமரங்கள் இருந்ததாக

கேள்விப்பட்டிருக்கிறான். இப்போது வணிக வளாகங்களும், அடுக்குமாடி அலுவலகங்களும், நகைக் கடைகளும், பெரியதொரு ஷாப்பிங் மாலும் இருந்தன. அதற்கு நடுவே சிறார் பூங்காவும் இருந்தது. அந்தச் சாலையில் மட்டும் இருபத்தியாறு இரவுக்காவலாளிகள் இருந்தார்கள்.

இரவுக்காவலாளிகளுக்கு என்று தனி உலகமிருக்கிறது. அவர்கள் விரும்பி இந்தப் பணியை ஏற்றுக் கொண்டவர்களில்லை. ஏதோ நெருக்கடி அவர்களை இரவில் விழிக்கச் செய்கிறது. இரவுக்காவலாளிகளின் முகத்தில் புன்னகையைக் காண முடியாது. ஜோசப் இருந்த வீதியில் பின்னிரவு நேரத்தில் தேநீர் விற்பனை செய்யும் சபரி வருவதுண்டு. அவன் தரும் சூடான இஞ்சி டீ பகலில் கிடைக்காது. சில வேளை அவர்கள் விடிகாலையில் ரவுண்டானாவில் ஒன்று கூடுவார்கள். அதிகாலையின் முதல் தேநீரை ஒன்று கூடி குடிப்பார்கள். அப்போது ஜோசப் ஆளற்ற சாலையைப் பார்த்து பாட்டு பாடுவதுண்டு.

நேஷனல் பேங்க் ஏடிஎம் இரவுக்காவலாளி படம் வரையக் கூடியவர். இரவெல்லாம் பெரிய நோட்டு ஒன்றில் படம் வரைந்துக் கொண்டேயிருப்பார். ரெப்கோ ஃபர்னிச்சர் கடை காவலாளிகள் இருவரும் விடியும் வரை சீட்டாடுவார்கள். நியூலைஃப் கம்பெனியின் காவலாளி ஒரு மலையாளி. அவன் சிறிய வெளிச்சத்தில் செக்ஸ் புத்தகங்களை ஆசையாகப் படித்துக் கொண்டிருப்பான். வங்காளதேசத்திலிருந்து வந்த ஒருவர் கூட அங்கே இரவுக்காவலாளியாக இருந்தார். அவர் தனிமை தாளமுடியாமல் நாய், பூனைகளிடம் பேசிக் கொண்டிருப்பார். ஒன்றிரண்டு இரவுக்காவலாளிகள் தனிமைத் தாங்க முடியாமல் குடிப்பதும் உண்டு. அதிலும் சின்னையாவின் குடித்தோழன் சாலையில் வசிக்கும் வலது கை இல்லாத பிச்சைக்காரன். இருவரும் போதையில் அன்பைப் பொழிவார்கள். முத்தமிட்டுக் கொள்வதும் உண்டு.

சிட்டி யூனியன் பேங்க் ஏடிஎம் காவலாளியான தவராஜா ஜோசப்போடு மிகுந்த நட்போடு பழகினார். எழுபது வயதைக் கடந்த அவர் ஒரு செக்யூரிட்டி நிறுவனம் மூலம் வேலைக்கு நியமிக்கபட்டிருந்தார். நடிகர் சந்திரபாபுவிற்கு வயதாகியிருந்தால் எப்படியிருக்குமோ அது போன்ற தோற்றம். நீல நிற யூனிபார்ம் அணிந்திருப்பார். அவர் சில

வேளையில் கண்டசாலா குரலில் பாடுவதுண்டு. அதுவும் "அலையும் நீர் மேவும் குமிழாதல் போலே ஆவது பொய் ஆவதெல்லாம் ஆசையினாலே" எனப்பாடும் போது கேட்பவர் மனதில் மறைந்து போன துயரநினைவுகள் பீறிடும்.

அதுவும் ஆவது பொய் ஆவதெல்லாம் ஆசையினாலே என நிறுத்தி இரண்டாம் முறை சொல்லும் போது தவராஜாவின் குரல் உடைந்துவிடுவது வழக்கம்.

பெரும்பான்மை நாட்கள் அவர் தனது ஏடிஎம்மிலிருந்து நடந்து வந்து தேவாலய வாசலில் இருந்த அவனை அழைத்துக் கொண்டு தேநீர் அருந்தச் செல்வார். அது போன்ற நேரத்தில் மறக்காமல் கண்ணாடிப் பெட்டியில் உள்ள பைபிளில் எந்தப் பக்கம் திறந்து வைக்கபட்டிருக்கிறது என்பதை அவர் ஆர்வமாகப் பார்ப்பதுண்டு. சில நாட்கள் அந்த வாசகங்களை ஒவ்வொரு எழுத்தாக அவர் வாசிப்பதை ஜோசப் பார்த்துக் கொண்டிருப்பான்.

சூடான தேநீரை அவர் விரும்புவதில்லை. அதை ஆறவிட்டுக் கொஞ்சம் கொஞ்சமாக உறிஞ்சிக்குடிப்பார். திரும்பி வரும் போது தேவாலய வாசலில் நின்றபடி இருவரும் ஏதாவது பேசிக் கொண்டிருப்பார்கள். பழைய கதைகளைச் சொல்வார். அதில் அவரது இளமைக்காலத்தில் நடந்த ஒரு நிகழ்ச்சியைப் பலமுறை சொல்லியிருக்கிறார்.

"ஜோசப்பு உனக்குத் தெரியுமா... அப்போ எனக்கு இருபத்தைந்து வயசிருக்கும். நல்லா கர்லிங் ஹேர் வச்சி ஜம்முனு இருப்பேன். டெர்லின் சட்டை தான் போடுவேன். தினம் எங்க தெரு வழியா ஒரு பொண்ணு குடை பிடிச்சிக்கிட்டு போவா. அழகில ரம்பை தோத்திடுவா. அவ குடையோட நடக்கிற அழகை கண்ணை மூடாம பாத்துகிட்டு இருப்பேன். காத்துல நடக்கிற மாதிரி நடந்து போவா. அவ பின்னாடியே நானும் நடந்து போவேன். மடத்துப் பள்ளிக்கூடத்துல டீச்சரா வேலை பார்த்தா. அந்த ஸ்கூல் வேப்பமரமா இருந்திருந்தாக் கூட அவளைப் பாத்துகிட்டே இருந்திருக்கலாமேனு தோணும். அவ முகத்துல எப்பவும் ஒரு சாந்தம். கீற்று மாதிரி புன்னகை. அவ என்னைத் திரும்பி பார்க்க மாட்டாளானு ஏங்கிட்டே இருந்தேன்."

ஒரு நாள் அவ பின்னாடி போய்க்கிட்டு இருந்தவன் சட்டுனு அவ குடைக்குள்ளே போயிட்டேன். அவ அதை எதிர்பார்க்கலை. கோவத்துல திட்டுவானு நினைச்சேன். ஆனா அவ என்னைப் பார்த்து "சின்னக் குடைக்குள்ளே ரெண்டு பேர் நடக்க முடியாதுனு சொன்னா." அதைக் கேட்டு அடைஞ்ச சந்தோஷம் இருக்கே! சொல்லி முடியாது. அவ கிட்ட "எப்பவும் இந்தக் குடையைத் பிடிச்சிக்கிட்டு நான் கூட வரணும்னு ஆசைப்படுறேனு" சொன்னேன். அதுக்கு அவ சிரிச்சா. அன்னைக்குக் கூடவே பள்ளிக்கூடம் வரைக்கும் நடந்தேன். உள்ளே போகும்போது அவ சொன்னா "ஆசையிருந்தா மட்டும் போதாது. எங்க வீட்ல வந்து கேட்கவும் தைரியம் வேணும்."

அவ்வளவு தான்! எனக்குத் தலைகால் புரியலை. அடுத்த நாளே பெரியவங்களைக் கூட்டிட்டு போய் அவ வீட்டில பேசினேன். அவங்க பொண்ணு குடுக்க மாட்டேனு சொல்லிட்டாங்க. எவ்வளவோ பேசி பார்த்தேன். அவங்க ஒத்துக்கவேயில்லை.

அதுக்கு அப்புறம் அவளை எங்க தெருவில பாக்கவே முடியல. பள்ளிக்கூட வேலையை விட்டுட்டா. எங்கே போனானு தெரியாது. அவளைத் தேடி அவங்க சொந்தங்காரங்க இருக்க ஊர் ஊராக அலைஞ்சது தான் மிச்சம். அவளைத் திரும்பப் பாக்கவே முடியலை. பிரம்மை பிடிச்ச மாதிரி ஆகிட்டேன். நாலு வருஷம் நடைப்பிணம் மாதிரி இருந்தேன். அப்புறம் வீட்ல எங்கப்பாரு சொல்றதுக்காக சாந்தியை கட்டிக்கிட்டேன். அது கூட முப்பது வருஷம் வாழ்ந்து எனக்கும் வயசாகிப்போச்சு... சாந்தியும் செத்துப் போயிட்டா. ஆனா அவளை மறக்கமுடியலை. சாகுறதுக்குள்ளே அவளை இன்னொரு தடவை பாத்துட்டா போதும். இல்லாட்டி என் கட்டை வேகாது."

இதைச் சொல்லும் போது அவரது கண்கள் கலங்கிவிடும். பேச்சு வராது. மௌனமாக எதிரே ஒளிரும் சிலுவையைப் பார்த்துக் கொண்டிருப்பார். பின்பு அமைதியாகத் தனது ஏடிஎம் நோக்கி நடந்து போகத் துவங்குவார்.

ஒவ்வொரு நாளும் புதிய கதை சொல்வது போல அவரது வீதியில் குடை பிடித்தபடி வந்த பெண்ணைப்

பற்றிச் சொல்லுவார். நேற்று சொன்னது நினைவிருக்காது என்பது போல விவரிக்க ஆரம்பிப்பார்.

அந்த நினைவுகளைத் திரும்பப் பேசும்போது அவர் அடையும் சந்தோஷத்திற்காக ஜோசப்பும் அதைக் கேட்டுக் கொண்டு வருவான். ஒரு நாளும் அந்தப் பெண்ணின் பெயர் என்னவென்று அவர் சொன்னதே இல்லை. குடைக்குள் நுழைந்தவுடன் அவருக்கு ஏற்பட்ட சந்தோஷத்தை விவரிக்கும் போது அவரது முகத்தில் இருபது வயதின் மகிழ்ச்சித் தோன்றி மறையும். அப்போது ஜோசப்பிற்கு மனிதர்கள் நினைவில் வாழுகிறவர்கள். அந்த சந்தோஷமே போதுமானது என்று தோன்றும்

ஆனால் அவனுக்கு இப்படி நினைத்து சந்தோஷம் கொள்ளும் நினைவு ஒன்று கூடக் கிடையாது. அந்த ஏக்கத்தாலே அவர் சொல்லும் காதல்கதையைத் திரும்பத் திரும்பக் கேட்பான்.

ஒவ்வொரு முறை அவர் சொல்லும் போதும் அந்தப் பெண்ணைப் பற்றிய கூடுதலாக ஒரு விஷயம் அவனுக்குத் தெரிய வரும்.

ஒரு நாள் கதையை முடிக்கும் போது சொன்னார்,

"ஜோசப்பு! இந்த ஊர்ல தான் அவ இருக்கானு கேள்விப்பட்டேன். அவளை ஒரேயொரு தடவை பாத்தா போதும். நானும் முப்பது வருஷமா இதே ஊர்ல இருக்கேன். என் கண்ணுல படவேயில்லை."

"நேர்ல பாத்தா என்ன பேசுவீங்க" எனக் கேட்டான்? ஜோசப்.

"தெரியலை. ஆனா அழுதுருவேன். அவ முன்னாடி அழுறதுக்காக என்கிட்ட கொஞ்சம் கண்ணீர் இருக்கு."

ஆண்களும் அழ விரும்புகிறார்கள். ஆனால் யார் முன்பு, எதற்காக என்பதில் தான் மாறுபாடு இருக்கிறது. தூரத்து நட்சத்திரம் போல அவரது மனதில் அந்தப் பெண் ஒளிர்ந்துக் கொண்டேயிருக்கிறாள் என்பதை ஜோசப் உணர்ந்துக் கொண்டான்.

புயல் காரணமாக மூன்று நாட்கள் பகலிரவாக மழை பெய்தது. மின்சாரம் போய்விட்ட ஒரு நாளில் இருளுக்குள்

மின்னல் வெட்டி பயமுறுத்தியது. தேவாலயத்தினுள் இருந்த மரம் ஒன்று முறிந்து விழுந்தது. அந்த இரவில் அவன் தங்கசாமி வீட்டில் ஒதுங்கிக் கொண்டான். தவராஜாவை சந்திக்க முடியவில்லை. வழக்கம் போல அவர்கள் தேநீர் அருந்த செல்லவுமில்லை. ஒவ்வொரு நாளும் மழையின் சீற்றம் அதிகமாகிக் கொண்டேயிருந்தது. தேவாலயத்தைச் சுற்றிலும் மழைத்தண்ணீர் நிரம்பியது. தேங்கியத் தண்ணீரை பகலில் இயந்திரம் மூலம் வெளியேற்றினார்கள்.

மழை வெறித்த நான்காம் நாள் காலை வெயிலை கண்ட ஜோசப் கைகளை உயர்த்தி வணங்கினான். நீண்ட நேரம் வெயிலில் நின்று கொண்டேயிருந்தான். அந்த வெயில் காணும் மனிதர்கள் முகத்தில் புன்னகையை உருவாக்கியிருந்தது. அன்றிரவு பணிக்கு வந்தபிறகு தவராஜாவின் எண்ணிற்கு ஃபோன் செய்துப் பார்த்தான். ஃபோன் வேலை செய்யவில்லை. தானே நடந்து சென்று பார்த்தான். ஏடிஎம் வாசலில் வேறு ஒரு காவலாளி தலைக்குல்லா அணிந்து உட்கார்ந்திருந்தான்.

"தவராஜா இல்லையா" எனக் கேட்டான் ஜோசப்?"

"மழையில அவருக்கு உடம்புக்கு முடியலை. என்னை மாற்றிவிட்டுட்டாங்க."

"அவர் வீடு எங்க இருக்கு தெரியுமா"

"பெரம்பூர்லனு நினைக்குறேன். நீங்க எந்தச் செக்யூரிட்டி சர்வீஸ்லே வேலை செய்றீங்க"

"நான் சர்ச் வாட்ச்மேன்" என்றான் ஜோசப்.

"நாங்க ரெண்டு பேரும் முன்னாடி எஸ்கேஎம் ஸ்கூல் வாட்ச்மேனா இருந்தோம். அப்போ விடிய விடிய பேசிக்கிட்டேயிருப்போம்," என்றான் அந்தப் புதிய காவலாளி.

ஜோசப் பதில் சொல்லாமல் தனியே தேவாலயம் நோக்கி நடந்தான். இத்தனை நாட்கள் பழகியும் தவராஜாவின் வீடு எங்கேயிருக்கிறது, யாருடன் வசிக்கிறார் என்று தெரிந்து கொள்ளவில்லையே என்று ஆதங்கமாக இருந்தது.

அந்த வாரம் சனிக்கிழமை மதியமாக தவராஜா வேலை செய்த செக்யூரிட்டி நிறுவனத்தைத் தேடிச் சென்று அவரது

முகவரியை பெற்றுக் கொண்டு பெரம்பூருக்குச் சென்றான். குறுகலான சந்து ஒன்றின் உட்புறமிருந்த சிறிய வீட்டில் அவரது மகள் மட்டுமே இருந்தாள்.

"தவராஜாவை பாக்கணும்" என்றான்.

"அவர் செத்துப்போயி மூணு நாள் ஆச்சு. அய்யாவுக்கு ரொம்பக் காய்ச்சல் அடிச்சது. ஆஸ்பத்திரியில சேர்த்தோம். அன்னைக்கு நைட்டே செத்துட்டாரு. நீங்க செக்யூரிட்டி கம்பெனில வேலை பாக்குறீங்களா?" எனக் கேட்டாள் அவரது மகள்.

"இல்லே, அவரோட ஃபிரண்ட்" என்றான் ஜோசப்.

"உங்கக் கிட்ட கடன் வாங்கியிருந்தாரா" எனக் கேட்டாள்?"

"இல்லை. நான் தான் அவர் கிட்ட கடன் வாங்கியிருந்தேன்" எனத் தனது பர்ஸில் இருந்த ஆயிரம் ரூபாயை எடுத்து அவளிடம் நீட்டினான்.

அவள் தயக்கத்துடன் வாங்கிக் கொண்டாள்.

அவளுக்கு தவராஜா காதலித்த பெண்ணைப் பற்றித் தெரிந்திருக்குமா, ஆணும் பெண்ணும் சில ரகசியங்களைக் குடும்பம் அறியாமல் கடைசிவரை ஒளித்துக் கொள்கிறார்கள். அந்த ரகசியச் செடி இரவில் மட்டுமே மலர்கிறது.

அவளிடம் விடைப்பெற்றுக் கொண்டுத் திரும்பும் போது கடைசிவரை தவராஜா தான் விரும்பிய பெண்ணைக் காணவே இல்லை என்பது அவனது துயரை அதிகப்படுத்தியது.

••

அதன்பிறகான நாளில் எப்போதும் போல ஜோசப் இரவுக்காவல் பணிக்காக தேவாலயத்தின் வாசலில் அமர்ந்திருந்தான். அவன் மனதில் அந்தப் பெண் நடந்துப் போகத் துவங்கினாள். தவராஜா நிழல் போல அவள் பின்னால் போய்க்கொண்டிருந்தார்.

✦✦✦

முகமது அலியின் கையெழுத்து

அவனுக்கு முப்பது வயதிருக்கும். தூக்கமில்லாத கண்கள். கலைந்த தலையும் வெளிறிய உதடுகளும் கொண்டிருந்தான். அரைக்கை சட்டை. அதுவும் சாம்பல் நிறத்தில். அதற்குப் பொருத்தமில்லாது ஊதா நிற பேண்ட அணிந்திருந்தான். காலில் ரப்பர் செருப்பு. அதன் ஓரங்கள் தேய்ந்து போயிருந்தன. கையில் ஒரு துணிப்பை. அதற்குள் அரிய பொருள் எதையோ வைத்திருப்பவன் போல மடியில் கவனமாக வைத்திருந்தான்.

தாலுகா அலுவலகத்தில் இப்படியானவர்களை யாரும் அன்றாடம் காண முடியும் என்பதாலோ என்னவோ அவனை எதுவும் கேட்கவில்லை. அவன் முகத்தில் கடன் கேட்க நினைப்பவனின் தயக்கம் கூடியிருந்தது. வலதுகாலை அழுத்தி ஒரு பக்கமாக சாய்ந்து உட்கார்ந்திருந்தான்.

மதிய உணவு நேரத்தில் தாலுகா அலுவலகத்தின் இயல்பு மாறிவிடுகிறது. அரசு அலுவலகத்திற்கான விறைப்பு கலைந்து சற்றே பொது நூலகத்தின் சாயல் கொண்டதாகிறது. அந்த நேரத்தில் ஊழியர்கள் புன்னகைக்கிறார்கள். அவர்களுடன் எளிதாக உரையாடலாம். ஒரு வேளை அதற்காகத் தான் அவனும் காத்திருந்தானோ என்னவோ!

மேம்பாலம் முடியும் இடத்திலிருந்து வலதுபக்கமாகச் செல்லும் துணைசாலையில் புதிதாகக் கட்டப்பட்டிருந்தது தாலுகா அலுவலகம். மூன்று மாடிகள் கொண்டது.

தாலுகா அலுவலகம் என்றாலே மனதில் தோன்றும் தூசி படிந்த வேப்பமரமும், அழுக்கடைந்த படிக்கட்டுகளும், பாதி இருள் படிந்த அறைகளும் அங்கே இல்லை. ஆனால்

வாசலை அடைத்துக் கொண்டு நிற்கும் ஜீப்பும் ஆங்காங்கே விடப்பட்ட பைக்குகளும் பழைய தாலுக்கா அலுவலகத்தின் மிச்சமாகத் தோன்றின.

பெரும்பான்மையான அரசு அலுவலகங்களில் லிஃப்ட் இருப்பதில்லை. இருந்தாலும் வேலை செய்வதில்லை. இந்த அலுவலகத்திலும் பெரிய படிக்கட்டுகள் மட்டுமே இருந்தன. படியேறிச் செல்லும் போது எதிர்ப்படும் சுவரில் அரசு விளம்பரம் ஒன்றை பெரிதாக ஒட்டியிருந்தார்கள்.

அலுவலகத்தில் கல்யாண மண்டபங்களில் இருப்பது போன்ற பெரிய ஜன்னல்கள் வைத்திருந்தார்கள். அதிக வெளிச்சத்தை விரும்பாத ஊழியர் ஒருவர் தனது இருக்கையை ஒட்டிய ஜன்னலில் பாதியை மட்டுமே திறந்து வைத்திருந்தார்.

தாலுகா அலுவலகத்தின் உணவு வேளையில் வந்து போகும் சிறுவணிகர்கள் அதிகம். சில்வர் தூக்குவாளியில் சூடாக முறுக்கு கொண்டு வரும் பாக்கியத்தம்மாளும், அதிரசம், சீடைபாக்கெட், ரவா லட்டு விற்கும் முத்துவும், லுங்கி, டவல்கள் விற்க வரும் காசிமும், நைட்டி, காட்டன் புடவைகள் விற்க வரும் கலைவாணிக்கும் அந்த அலுவலக ஊழியர்கள் அன்பான வாடிக்கையாளர்கள்.

தாலுகா ஆபீஸ் இடம் மாறினாலும் அவர்களின் வருகை தடைபடுவதில்லை. அதிலும் சூடான தேங்காய் போளி விற்கும் கேசவன் யார் உள்ளே இருந்தாலும் கவலையின்றி நேரடியாகத் தாசில்தார் டேபிளில் இரண்டு தேங்காய் போளிகளைத் துண்டிக்கப்பட்ட நியூஸ்பேப்பரில் வைக்கும் அளவிற்கு சுதந்திரமாகச் செயல்படுவான்.

பாக்கியத்தம்மாளுக்கு கனத்த உடம்பு. அதிலும் ஆணி உள்ள கால் என்பதால் மெதுவாகவே படியேறி வருவார். தூக்குவாளியை படிக்கட்டில் வைத்து ஏறும் சத்தத்தை வைத்தே அவர் வருவதை அறிந்துக் கொண்டு விடுவார்கள். மதிய சாப்பாட்டிற்குப் பின்பு அவரது முறுக்கை கொறித்தால் தான் பலருக்கும் பசியாறும்.

பழைய தாலுகா அலுவலகம் போலின்றி இங்கே குளிர்ந்த தண்ணீர் குடிப்பதற்காக கூலிங் மெஷின் பொருந்தியிருந்தார்கள். அந்தத் தண்ணீரை காசிம்

எப்போதும் தனது பச்சை நிற பாட்டிலில் பிடித்துக் கொண்டுவிடுவார். குளிர்ந்த தண்ணீரை குடிக்கும் போது அவரது முகத்தில் வெளிப்படும் மகிழ்ச்சி அலாதியானது.

இவர்களைத் தவிர எதிரேயுள்ள டீக்கடையிலிருந்து வரும் பையனையும், ஜெராக்ஸ் கடை சுப்பையாவையும் தவிர்த்தால் அந்த அலுவலகத்திற்கு சாதிச் சான்றிதழ், வருவாய்ச் சான்றிதழ், இருப்பிடச் சான்றிதழ் மற்றும் நில உடமைச் சான்றிதழ் வாங்க வருகிறவர்கள் தான் அதிகம்.

அவர்களின் முகத்தைப் பார்த்தவுடனே கண்டுப்பிடித்து விடலாம். பதற்றத்தில் தான் கொண்டுவந்துள்ள சர்டிபிகேட்டுகளைக் கண்முன்னே நழுவவிடுவார்கள். சிலரால் கேட்ட கேள்விக்கு பதில் பேசமுடியாது. ஒரே அளவில் மரமேஜைகள் இருந்தாலும் மனுவை பெற்றுக் கொள்ளும் அதிகாரியின் முன்னுள்ள மேஜை மட்டும் மிகப்பெரியதாக அவர்களுக்குத் தோன்றும். சுவரில் தொங்கும் தலைவர்களின் புகைப்படங்களில் கூடப் புன்னகையைக் காண முடியாது.

மதிய உணவு நேரம் முடிந்தாலும் உடனே பலரும் இருக்கைக்குத் திரும்பிவிடுவதில்லை. சிலர் புகைப்பிடிப்பதற்காக படிகளில் கீழே இறங்கிப் போவதுண்டு. அப்படிக் கீழே இறங்கிய ராகவன் தான் அந்த மனிதனை கவனித்தான்.

“என்ன வேணும்” என்று போகிற போக்கிலே கேட்டான்?”

“.அது வந்து சார்.. நானு...” என்று தயக்கத்துடன் அந்த ஆள் சொன்னதைக் கேட்ட ராகவன் “உள்ளே போயி பாருங்க” என்றபடியே கீழே நடந்தான்.

மதிய உணவை முடித்துவிட்டு சிலர் இருக்கைக்குத் திரும்பியிருந்தார்கள். ஜெயந்தி கழுவிய டிபன்பாக்ஸை ஜன்னல் ஓரம் வைத்துக் கொண்டிருந்தாள். அந்த ஆள் சபாபதி மேஜையின் முன்பாக நின்றபடியே “சார்...” என்று அழைத்தான்.

பல்குத்துவதற்காக குண்டூசியைத் தேடிக் கொண்டிருந்த சபாபதி அவன் ஏதோ தின்பண்டம் விற்க வந்தவன் என நினைத்துக் கொண்டு “.என்ன கொண்டு வந்துருக்கே?” என்று கேட்டார்.

அவன் தனது பையிலிருந்து பழைய புகைப்படம் ஒன்றை வெளியே எடுத்து அவர் முன்பாகக் காட்டியபடியே சொன்னான்,

"முகமது அலி ஃபோட்டோ சார்."

"புரியாமல் திகைத்துப் போன சபாபதி கேட்டார்,

"என்னப்பா இது.."

"முகமது அலி சார். வேல்டு ஃபேமஸ் பாக்சர். பக்கத்துல நிக்குறது எங்க அப்பா. கீழே முகமது அலி கையெழுத்து இருக்கு. பாருங்க."

"சரிப்பா. அதை என்கிட்ட ஏன் காட்டுறே".. என சபாபதி புரியாமல் கேட்டார்.

"முகமது அலி மெட்ராஸ் வந்திருக்கப்போ" எடுத்த ஃபோட்டோ.

"அதெல்லாம் இருக்கட்டும். ஏதாவது மனு குடுக்க வந்தியா?" எனக் கேட்டார் சபாபதி.

"முகமது அலியோட கையெழுத்தை விக்க வந்திருக்கேன் சார்," என்று தயக்கத்துடன் சொன்னான்.

சபாபதிக்கு அவன் கேட்டது புரியவில்லை.

"கையெழுத்தை விக்குறதா..? இதை வாங்கி என்ன செய்றது" என்று நக்கலாகக் கேட்டார்.

அவன் தலைக்கவிழ்ந்தபடியே சொன்னான்,

"ரொம்ப மதிப்பான கையெழுத்து சார்.. வீட்டுக் கஷ்டம், அதான் விக்கலாம்னு வந்திருக்கேன்."

சபாபதி பொழுது போவதற்கு சரியான ஆள் கிடைத்துவிட்டான் என்பது போல நமட்டுச் சிரிப்போடு "நமக்கு பாக்சிங் எல்லாம் ஒத்துவராது. அந்தா.. கார்னர் சீட்ல இருக்கான் பாரு சேகர். அவன்கிட்ட காட்டு" என்றார்.

சேகர் அந்த அலுவலகத்தில் யாருக்கு கடன் தேவை என்றாலும் வாங்கித் தருவான். யாரிடமிருந்து பணம் வாங்குகிறான் என்று தெரியாது. ஆனால் ஆயிரம் ரூபாய்க்கு ஐம்பது ரூபாய் எடுத்துக் கொள்வான். அவனிடம் பலரும்

அவசரத்திற்கு கடன் வாங்கியிருக்கிறார்கள். சம்பள நாளில் கொடுத்த கடனை கறாராக வசூல் செய்துவிடுவான்.

சேகர் முன்பாகப் போய் நின்ற ஆள் பழைய புகைப்படத்தை நீட்டினான்.

நிமிர்ந்து அதைப் பார்த்த சேகர் ஏதோ யோசனையோடு கேட்டான்,

"டெத் சர்டிபிகேட் வேணுமா."

"இல்லை சார்.. இவர் முகமது அலி," என்றான்.

"முகமது அலின்னா?" என்று புரியாமல் கேட்டான் சேகர்.

"பேமஸான குத்துச் சண்டை சேம்பியன். 1980ல் மெட்ராஸ் வந்திருந்தார். அப்போ எம்.ஜி.ஆர் முன்னாடி ஜிம்மி எல்லிஸோடு பாக்சிங் மேட்ச் நடந்துச்சு. எங்கப்பா அந்தக் காலத்தில பெரிய பாக்சர். அவருக்கு பாக்சிங்ல ஒத்த கண்ணு போயிருச்சி. ஆனாலும் சூப்பரா பாக்சிங் பண்ணுவார். முகமது அலியே எங்கப்பாவை பாராட்டியிருக்கார். இது அவரோட எடுத்த ஃபோட்டோ. கன்னிமாரா ஹோட்டல், முகமது அலி தங்கி இருந்தாரு. அவரைப் பார்க்க ஒரே ஜனத்திரள். இந்த ஃபோட்டோல கையெழுத்து வாங்க எங்கப்பா நின்னுக்கிட்டு இருக்கிறதைப் பாத்து முகமது அலி ரூம்குள்ளே கூட்டிக்கிட்டு போய் கையெழுத்துப் போட்டு குடுத்திருக்காரு. எங்கப்பாவுக்கு ரொம்ப சந்தோஷம்" எனக் கதை போல சொல்லிக் கொண்டிருந்தான்.

"இப்போ உனக்கு என்ன வேணும், அதை மட்டும் சொல்லு" என்றான் சேகர்.

"முகமது அலி கையெழுத்தை வாங்கிக்கோங்க சார். ஐநூறு ரூபாய் குடுத்தா போதும்" என்று சொன்னான்.

இதை சேகர் எதிர் பார்க்கவில்லை.

"இதை வச்சி நான் நாக்கு வழிக்கிறதா?" என்று கோபமாகக் கேட்டான்.

"அப்படி சொல்லாதீங்க சார். முகமது அலி கையெழுத்துக்கு மதிப்பு இருக்கு."

“நம்ம ஆபீஸ்ல எத்தனை பேருக்கு இந்த முகமது அலி யாருனு தெரியுதுனு இப்போ பாத்துருவோம்.” என ஏதோ சவாலை முன்னெடுப்பவன் போல அவனிடமிருந்த ஃபோட்டோவை பிடுங்கிக் கொண்டு அனைவரையும் தன் முன்னால் அழைத்தான்.

சேகர் கேலியான குரலில் சொன்னான்,

“இந்த ஃபோட்டோவுல இருக்கிறது யாருனு கரெக்டா சொல்லிட்டா.. நூறு ரூபாய் தர்றேன்.”

“நடிகரா?” என ஒரு பெண் கேட்டார்.

“இவரை மாதிரி எங்கத் தெருவுல ஒரு டெய்லர் இருக்கார். காது அப்படியே அவரைப் பாக்குற மாதிரி இருக்கு” என்றாள் ஜெயந்தி.

“இவரு ஃபுட்பால் சேம்பியன் தானே,” எனக் கேட்டான் மணி.

ரங்காச்சாரி மட்டும் கரெக்டாக சொன்னார்,

“இது முகமது அலி. பாக்சிங்ல வேல்டு ஹெவிவெயிட் சேம்பியன். ஒரிஜினல் பேரு காஸ்சியுஸ் கிளே. பின்னாடி முகமது அலினு பேரை மாத்திக்கிட்டான்.”

“கரெக்ட் சார். அவரோட கையெழுத்து இது. நீங்களாச்சும் வாங்கிக்கோங்க,” என்றான் அந்த மனிதன்.

“வொய்ஃப்போட பாக்சிங் போடவே எனக்கு நேரம் பத்தல. இதை வாங்கிட்டுப் போய் என்ன செய்றது? ஏதாவது ஃபாரீன் ஸ்டாம்ப்னா கூட என் மகளுக்குக் குடுக்கலாம்.” எனக் கேலியாகச் சொன்னார் ரங்காச்சாரி.”

“அப்படி சொல்லாதீங்க சார்.. எங்கப்பா படத்தை வேணும்னா கட் பண்ணிட்டு தர்றேன். ஐநூறு ரூபா குடுங்க” என அவன் மன்றாடினான்.

“ஒரு கையெழுத்துக்கு ஐநூறு ரூபா ரொம்ப ஜாஸ்தி,” என்றார் ரங்காச்சாரி.

“நீங்களும் அப்படிக் கேட்கிறவங்க தானே” எனச் சொல்ல நினைத்து மனதிற்குள் அதை விழுங்கி விட்டு “எங்கப்பா இருந்தா இதை விக்க விடமாட்டார் சார்,” என்றான்.

"நீ விக்க வந்தது தப்பில்லை. தாலுகா ஆபீஸ்க்கு ஏன்பா கொண்டு வந்தே" என்று கேலியான குரலில் கேட்டார் ரங்காச்சாரி.

"நீங்க எல்லாம் படிச்சவங்க. இதோட மதிப்பு தெரியும்னு நினைச்சேன்" எனச் சொன்னான்.

"முகமது அலி கையெழுத்து இல்லே, முகமது அலியே வந்தாலும் இங்க ஒரு மதிப்பும் கிடையாது பாத்துக்கோ," என்று ஜோக் அடித்தவர் போலத் தானாகச் சிரித்தார் ரங்காச்சாரி.

இதற்குள் படியில் யாரோ ஏறிவரும் சத்தம் கேட்டு ப்யூன் முனுசாமி தாசில்தார் வந்துட்டார் என்று அறிவித்தார்.

சஃபாரி சூட் அணிந்திருந்த தாசில்தார் ரத்தினசாமி தனது இருக்கைக்குப் போகையில் அந்த மனிதன் அலுவலகத்தினுள் நிற்பதை கவனித்திருக்கக்கூடும். இருக்கையில் அமர்ந்தவுடன் பெல்லை அடித்தார்.

ப்யூன் முனுசாமி வேகமாக உள்ளே சென்றார்.

"வெளியே யாரோ நிக்கிறாங்களே.. சென்ட் விக்குற ஆளா அப்படி யாரையும் உள்ளே வரவிடக்கூடாதுனு சொன்னனே" என்று கோபமாகச் சொன்னார்.

"சென்ட் விக்கிற ஆள் இல்லே சார். இது ஏதோ ஃபோட்டோ விக்க வந்திருக்கார்" என்றார் முனுசாமி.

"அந்த ஆளை உள்ளே கூப்பிடு" எனக் கோபமாகச் சொன்னார் தாசில்தார்.

செய்வதறியாமல் நின்ற அந்த மனிதனை ப்யூன் தாசில்தார் கூப்பிடுவதாக அழைத்தார்.

மெதுவாக நடந்து தாசில்தார் அறைக்குள் சென்றான். அவர் கடுகடுப்பான முகத்துடன் கேட்டார்,

"இது என்ன சந்தக் கடையா? கண்ட ஆட்களும் உள்ளே வந்து பொருள் விக்கிறதுக்கு. நீ யாரு.. எதுக்கு வந்திருக்கே."

அவரது கோபத்தைக் கண்டு பயந்து போன அந்த மனிதன் தயங்கித் தயங்கிச் சொன்னான்.

"முகமது அலி கையெழுத்து.. போட்டோ"

கிதார் இசைக்கும் துறவி ф 25

“எஸ் 1–ன்னை வரச்சொல்லு” என்று கோபமாகச் சொன்னார் தாசில்தார்.

சபாபதி உள்ளே சென்றார்.

“இது கவர்மெண்ட் ஆபீஸா?” இல்லே... பொருட் காட்சியா.. இந்த ஆளை எப்படி உள்ளே விட்டீங்க..

“மனு கொடுக்க வந்தவருனு நினைச்சிட்டோம். ஆனா.. இவன் ஏதோ ஃபோட்டோவை வச்சிக்கிட்டு கதை விடுறான்.”

“இதை இப்படியே விடக்கூடாது. நீ போலீஸ்க்கு ஃபோன் பண்ணு. ஒரு ஆளை பிடிச்சி குடுத்தா அடுத்தவன் வர பயப்படுவான்” என்று சத்தமாகச் சொன்னார்.

அந்த மனிதன் கலக்கமான முகத்துடன் “சாரி சார்! நான் கிளம்புறேன்” என வெளியே நடக்கத் திரும்பினான்.

“கையில என்ன வச்சிருக்கே, காட்டு” என்று தாசில்தார் அதே கோபத்துடன் கேட்டார்.

முகமது அலியும் அவனது அப்பாவும் உள்ள ஃபோட்டோவைக் காட்டினான்.

“டொனேஷன் கேட்டு வந்தியா?” எனக் கேட்டார் தாசில்தார்.

“இல்லை சார். முகமது அலி கையெழுத்தை விக்க வந்தேன்” என்று அவன் மெதுவான குரலில் சொன்னான்.

“அதுக்கு வேற இடம் கிடைக்கலையா?” என அந்த ஃபோட்டோவை அலட்சியமாக மேஜை மீது போட்டார்.

“பரவாயில்ல சார். ஃபோட்டோவை குடுங்க நான் கிளம்புறேன்” என்றான்.

இதற்குள் அந்த அறைக்குள் வந்த ரங்காச்சாரி சரளமான ஆங்கிலத்தில் முகமது அலியைப் பற்றிச் சொன்னார். பாதிப் புரிந்தும் புரியாமல் தாசில்தார் கேட்டார்,

“இத யாரு வாங்குவா.. சாரி!”

“இதுக்குனு கலெக்டர்ஸ் இருக்காங்க சார்.. ஐந்தாயிரம் பத்தாயிரம் போகும்.”

"அப்படியா சொல்றீங்க.."

"வீட்ல கஷ்டமான சூழ்நிலை. அதான் விக்க வந்தேன்" என்று மறுபடியும் சொன்னான் அந்த மனிதன்.

"இதை வாங்கி நான் என்ன செய்றது.. நம்ம ஃபோட்டோவை மாட்டவே வீட்ல இடம் இல்லை" என்று தனது நகைச்சுவை உணர்வை வெளிப்படுத்தினார் தாசில்தார்.

இதற்குள் சேகர் அறைக்குள் வந்து சொன்னான்,

"இது எல்லாம் புதுமாதிரி ஃபிராடு சார். நெட்ல இருந்து ஃபோட்டோவை எடுத்து பிரிண்ட் போட்டு கிளம்பி வந்திருறாங்க."

"இல்லை.. சார். இது எங்க அப்பா தான்."

"அதுக்கு ஏதாவது சர்டிபிகேட் வச்சிருக்கியா?" என்று கேட்டான் சேகர்.

"நான் ஏன் சார் உங்களை ஏமாத்துறேன்" என்று பரிதாபமாகக் கேட்டான் அந்த மனிதன்.

"சேகர் சொல்றது கரெக்ட். இந்தக் காலத்துல யாரையும் ஆளைப் பாத்து நம்ப முடியாது. நாம தான் கவனமா இருந்துக்கணும்" என்றார் ரங்காச்சாரி.

"இந்த ஆளைத் துரத்திவிட்டுட்டு வெளி ஆட்களுக்கு அனுமதி இல்லைனு ஒரு போர்ட் மாட்டிவையுங்க" என்றார் தாசில்தார்.

அவரது மேஜையில் கிடந்த ஃபோட்டோவை எடுத்து தனது பைக்குள் வைத்துக் கொண்டு அந்த மனிதன் படியிறங்கி நடந்தான்.

ஏதோ சான்றிதழ் வாங்கக் காத்திருந்த கிழவர் "தாசில்தார் வந்துட்டாரா?" என்று அவனிடம் கேட்டார்.

"இருக்கார்" என்றபடியே வெளியே நடந்தான்.

மணி மூன்றைக் கடந்திருந்தது. பசியில் காது அடைத்தது. கண்களில் பூச்சி பறக்க மயக்கம் வருவது போலிருந்தது. உக்கிரமான வெயிலில் சாலை சூடேறியிருந்தது. மரங்களில் அசைவேயில்லை.

அவன் தனது வீட்டிற்கு போவதற்காகப் புறநகர் பேருந்தை பிடிக்க பஸ் ஸ்டாப்பை நோக்கி நடந்தான்.

திடீரென அவனது கையிலிருந்த பை கனப்பது போலாகியது. யாரோ சிரிக்கும் சத்தம் போலக் கேட்டது.

சிரிப்பது முகமது அலி தானா!!!

அவன் கைகள் கனம் தாங்காமல் கீழே இழுப்பது போலத் தோன்றியது.

புகைப்படத்தை வெளியே எடுத்துப் பார்த்தான். முகமது அலியின் பக்கத்தில் நின்றிருந்த அப்பாவின் முகத்தில் இருந்த மகிழ்ச்சி அபூர்வமாகத் தோன்றியது.

இதை வீட்டிற்குத் திரும்பக் கொண்டு போய் என்ன செய்வது என்ற கேள்வி மனதில் எழுந்தது.

சாலையோர புளியமரத்தடியில் நிறுத்தி வைக்கப்பட்டிருந்த தார் டின் ஒன்றில் தார் கசிந்து ஒழுகிக் கொண்டிருந்தது. தனது பையிலிருந்த போட்டோவை வெளியே எடுத்து அந்தத் தாரில் ஒட்ட வைத்தான். தார் டின்னில் ஒட்டிய போட்டோவிலிருந்தபடி முகமதுஅலி கானல் ததும்பும் சாலையைப் பார்த்துக் கொண்டிருந்தார்.

தர்மகீர்த்தியின் மயில்கள்

இந்தக் கதையில் நடக்கும் நிகழ்வுகள் ஏழாம் நூற்றாண்டின் இறுதியில் நடந்திருக்கக்கூடும். அல்லது அந்த நூற்றாண்டில் பல்லவ இளவரசனாக இருந்த தர்மகீர்த்தி பற்றியதாக இருக்கவும் கூடும். தர்மகீர்த்தி ஒரு சிறுகாப்பியம் எழுதியிருக்கிறார். அதன் பெயர் தர்மகீர்த்தியாணம்.

முடிமன்னர்கள் கவிஞராக மாறுவதும் கவிதைகள் எழுதி அங்கீகாரம் கேட்பது தமிழ் கவிதை மரபின் விசித்திரம். தன்னிடம் இல்லாத எந்த அங்கீகாரத்தைக் கவிதையின் வழியே மன்னர் அடைய முற்படுகிறார் என்பது புரியாதது.

தோல்வி தான் மன்னர்களைக் கவிதை எழுத வைத்திருக்கும் என்று தோன்றுகிறது. துரோகம் அல்லது ஏமாற்றம் எதையேனும் அடையும் போதும் கவிஞனாக மாறியிருக்கக்கூடும். கவிதையின் நாக்குத் தீண்டியதும் மன்னர் மறைந்துவிடுகிறார். அவருக்குத் தனது அதிகாரத்தின் வரம்பு புரிந்துவிடுகிறது.

நீங்கள் வரலாற்றில் தர்மகீர்த்தியைத் தேடுவதாக இருந்தால் அவனைப் பற்றிய குறிப்புகள் எதுவும் கிடைக்காது. ஆனால் கதைகளிலும் கவிதைகளிலும் இடம்பெற்றிருக்கிறான். எதிலும் அவன் எந்தப் பல்லவ சக்ரவர்த்தியின் மகன் என்று குறிப்பிடப்படவில்லை.

காஞ்சி அரண்மனையில் வசிக்கிறான். பொற்கிண்ணத்தில் பால் அருந்துகிறான். யானை மீதேறிச் செல்கிறான் என்ற தகவலைக் கொண்டு நாமே யூகித்துக் கொள்ள வேண்டியது.

வரலாற்று நாயகர்கள் பலரும் நாமாக உருவாக்கிக் கொண்டவர்கள் தானே! உண்மையாக எப்படி இருந்தார்கள், எப்படி நடந்து கொண்டார்கள் என்று யாருக்குத் தெரியும்.

வரலாறும், இலக்கியமும் எப்போதும் ஒரே உண்மையைச் சொல்வதில்லை. வரலாறு கொண்டாடும் எவரையும் இலக்கியம் பொருட்படுத்துவதில்லை. அது போலவே கவிஞனின் குரலையோ கதைகளில் வரும் மனிதர்களையோ வரலாறு கண்டுகொள்வதேயில்லை.

தர்மகீர்த்தியின் கதையும் அப்படியானதே!

அவன் உண்மையாகவே பல்லவ இளவரசன் தானா என்பதைப் பற்றி இன்று வரை சர்ச்சைகள் இருந்துவருகின்றன. வரலாற்றின் திரைக்குப் பின்னே மறைந்து போனவர்களை, ஒளிந்துக் கொண்டவர்களை இன்றிலிருந்து கண்டறிய முடியாது.

தர்மகீர்த்தியும் அப்படியானவன் தான்.

கதைகளில் தர்மகீர்த்தித் துறவியாக, நடிகனாக, வணிகனாக, மாயத்திருடனாக அழியாக் காதலனாக இடம்பெறுகிறான்.

..

தர்மகீர்த்தி யார் என்பது இந்தக் கதையை வாசிப்பவர்களுக்கு முக்கியமில்லை. தர்மகீர்த்தி எதனால் நினைவு கொள்ளப்படுகிறான் என்பதே முதன்மையானது. இத்தனை நூற்றாண்டுகளைக் கடந்து ஒரு பெயர் நிலைத்து நிற்கமுடியும் என்றால் அது காதலாலோ பெரும் வீரத்தாலோ மட்டுமே முடியும். இரண்டிலும் புனைவுகள் அதிகம். நிஜத்தை விடவும் புனைவே வரலாற்றை ருசிமிக்கதாக்குகிறது. நெருக்கம் கொள்ள வைக்கிறது.

தர்மகீர்த்தியைப் பற்றியக் கதைகளில் முதன்மையானது அவனது மயில் கதைகள்.

தான் காதலித்த பெண்கள் அனைவரையும் மயில்களாக உருமாற்றிவிட்டான் என்பதை அக்கதைகளின் சாரம்.

இதே கதைகளுக்கு மாற்று வடிவமிருக்கிறது. அதில் தர்மகீர்த்தியால் நிராகரிக்கப்பட்ட பெண்கள் மயில்களாக

உருமாறி அவனைப் பின்தொடர்கிறார்கள். வஞ்சம் தீர்க்க முனைகிறார்கள். முடிவில் அவர்கள் மயிற்கண் கொண்ட மீன்களாக மாறி விடுகிறார்கள்.

..

தர்மகீர்த்தி கதையில் வாழுகிறவன். கதையில் வசிப்பவர்களின் தோற்றம் மாறிக் கொண்டேயிருக்கக் கூடியது. வயதற்ற அவர்கள் இசைக்கருவியைப் போன்று வாசிப்பவருக்கு ஏற்ப மாறுபடக்கூடியவர்கள். ஒரு கதையைக் காலம் கைவிட்டாலும் அதில் வசித்த சிலர் என்றும் வாழ்ந்துக் கொண்டேயிருப்பார்கள். தர்மகீர்த்தியும் அப்படியே!

..

நீண்ட சுருள்முடியும், கிரேக்கச் சிற்பம் போன்ற முகமும், வெண்முத்தென்ற கண்களும், இரும்புப் பூண் போன்ற தோள்களும், உள்ளோடிய வயிறும், கற்தூண்களின் உறுதி கொண்ட கால்களும், சற்றே பெரிய பாதங்களும் கொண்ட தர்மகீர்த்தி நீலப்பட்டு உடுத்தித் தலையில் வெண்தாமரை சூடியிருப்பான். சூரியனைப் போல அவன் செல்லும் இடமெல்லாம் ஒளிரக்கூடியவன். கொக்கின் சிறகு விரிவது போல அவனது சிரிப்பு இயல்பாக விரிந்து பரவும் என்கிறார்கள்.

தர்மகீர்த்தியின் முதுகில் தாமரைக் கொடிகள் போன்ற சித்திரம் வரையப்பட்டிருக்கிறது என்றார்கள்.

உண்மையில் அந்தத் தாமரைக் கொடிகள் அவனது காதலின் போது உயிர்பெற்றுவிடும் என்றும் அவனைக் காதலிக்கும் பெண் ஆரத் தழுவும் போது அந்தத் தாமரை இலையின் ஈரத்தை உணர்வாள் என்றார்கள்.

காதலிப்பதற்காகவே தர்மகீர்த்தி வாழ்ந்துக் கொண்டிருக்கிறான். அவன் எங்கே சென்றாலும் அவன் நோக்கம் காதலிப்பது மட்டுமே. அவன் அழகான பெண்களால் காதலிக்கப்பட்டிருக்கிறான். ஆனால் எந்தக் காதலும் அவனுக்குப் போதுமானதாகயில்லை. பல்லாயிரம் மழைத்துளிகளைக் குடித்தபோதும் பூமியின் தாகம் அடங்கிவிடுகிறதா என்ன?

ஒரு கதையில் வாழ்நாள் முழுவதும் காதலித்துக் கொண்டேயிருக்கும்படி அவனுக்கு சாபம் அளிக்கப்படுகிறது. அவனது குரு அந்த சாபத்தைத் தருகிறார். ஒருவேளை அவன் குரு பத்தினியை காதலித்திருக்கக் கூடும். ஆனால் இந்த உலகில் காதலித்துக் கொண்டேயிருக்கும்படி ஒருவனுக்கு சாபம் வழங்கப்படுகிறது என்பது வரமா இல்லை வருத்தமளிக்கும் சாபமா?

தர்மகீர்த்தியின் கதையில் அவன் காதலில் தோற்றுக் கொண்டேயிருக்கிறான். அல்லது தோற்பதற்காகவே காதலிக்கிறான். தர்மகீர்த்தியின் கதை ஏன் இத்தனை ஆண்டுகளாகப் பேசப்படுகிறது என்பதற்குக் காரணம் ஒவ்வொரு தோல்விக்கு பிறகும் புதிதாகக் காதலிக்கத் துவங்கிவிடுகிறான் என்பதே!

தர்மகீர்த்தியின் காதல் காரணங்கள் அற்றது. உலகின் நியதிகளைப் பொருட்படுத்தாதது. நிறைய மாயங்களைக் கொண்டது. பேரலையைப் போல காதலை அவன் உக்கிரமாக வெளிப்படுத்தும் போது காதலித்த பெண்ணால் நிராகரிக்கப்படுகிறான். அன்பின் பொருட்டால் தோற்கடிக்கப்படுகிறான். அவனை காதலித்த பெண்கள் உதிர்ந்த இலையை நோக்கும் மரத்தைப் போல அவனை நடத்துகிறார்கள். அவமானத்துடன் வெளியேறும் தர்ம கீர்த்தி காதலின் ஒற்றையடிப் பாதையில் அயராமல் நடக்கத் துவங்குகிறான்.

••

தர்மகீர்த்தியை காதலித்த ஒரு பெண் அவனைப் பற்றி இப்படி பகிர்ந்து கொண்டிருக்கிறாள். இதுவும் ஒரு கதையில் தான் இருக்கிறது.

தர்மகீர்த்தி ஒரு பொன்னிறமான நரியைப் போல எனது வீட்டின் பின்புறம் நின்றிருந்தான். காற்று தண்ணீரைத் தொடுவது போல என்னை ஏறிட்டுப் பார்த்தான். மறுநிமிடம் எனது ஆடைகள் தளர்வு கொள்வதையும் கைகள் அவனை நோக்கி நீள்வதையும் விநோதமாக உணர்ந்தேன். அவன் இப்போது பொன்னிற நரியில்லை. இளைஞன். அதுவும் வெண்பட்டு உடுத்தி சிகையில் மலர் சூடிய இளைஞன். அவனை நோக்கி நானே ஓடினேன். என்னை ஏற்றுக் கொண்டான். எனது உடலுக்குள்

மறைந்திருக்கும் சுடர்களை ஏற்றத் துவங்கினான். நான் ஒரு சுடர் வரிசை என உணர்ந்த தருணத்தில் காற்று சுடருடன் விளையாடுவது போல என்னுடன் விளையாடினான். அவனுடனே கரைந்து போக ஆசைப்பட்ட நிமிஷத்தில் அவன் கேட்டான்.

"எனக்காக நீ ஒரு மயிலாக மாறுவாயா?"

"மாறுவேன்..."

உன் விருப்பம் நிறைவேறும் என்றபடியே கைகளைக் காற்றில் அசைத்தான். மறுநிமிடம் நான் நீலமயிலாக மாறி யிருந்தேன். தர்மகீர்த்தி அங்கே இல்லை. மறைந்திருந்தான். இன்றும் அடிவானத்தின் அடியில் அவனது வருகைக்காகக் காத்திருக்கிறேன்.

..

தர்மகீர்த்தியைப் பற்றிய இன்னொரு கதையில் அவன் ஒரு பௌத்த துறவியாக இருக்கிறான். அதுவும் காதலின் பொருட்டு மடாலயத்திலிருந்து வெளியேற்றப்பட்ட கள்ளத் துறவியாகவும் சித்தரிக்கப்படுகிறான்.

துறவியான தர்மகீர்த்தி மொட்டைத் தலையுடன், கனத்த புருவத்துடன் இருந்தான். ஆறடி உயரம். செருப்பு அணியாத கால்கள். படகுத்துறை ஒன்றில் அவனைக் கடந்து சென்ற ஒரு பெண்ணின் காலடி ஓசையை வைத்து அவளைக் காதலிக்கத் துவங்கினான் என்றும் அந்தப் பெண்ணின் முகத்தைக் கூட அவன் கண்டதில்லை என்றும் சொன்னார்கள்.

காலடி ஓசையிலிருந்து அவன் தனக்கான பெண் முகத்தை உருவாக்கிக் கொண்டான். அந்த முகத்தை ஒரு சுவரோவியமாக வரைந்தான் என்றும் அந்த ஓவியத்தின் முன்பாக கண்களை மூடி மணிக்கணக்கில் தியானம் செய்து வந்தான் என்றும் சொல்லப்படுகிறது.

பேரழகு கொண்ட ஒரு பெண் உருவின் முன்பு இளந்துறவி தியானிப்பதை எப்படி மடாலயத்தால் அனுமதிக்க முடியும். ஆகவே அவன் வெளியேற்றப்பட்டதாகவும் கதையில் வருகிறது.

அந்த ஓவியத்தில் இருந்த பெண் மயில் தோகையை உடையாக அணிந்திருந்தாள். உண்மையில் அவள் ஒரு

கிதார் இசைக்கும் துறவி ϕ 33

மயில் பெண்ணாகத் தோன்றினாள் என்கிறாள். தர்மகீர்த்தி என்ற துறவியின் கற்பனையில் ஏன் ஒரு பெண் மயில் தோகை கொண்டவளாகத் தோற்றம் கொண்டாள் என்பது புதிராகவே இருக்கிறது.

..

வேறு கதையில் இதே தர்ம கீர்த்தி திருடனாக இருக்கிறான். அவன் திருடச் செல்லும் வீடுகளில் உள்ள இளம்பெண்ணின் கனவிற்குள் புகுந்துவிடுகிறான். அவனைக் கனவில் கண்டு பழகிய பெண் விழித்து எழுந்த பின்பு அவனைத் தேடத் துவங்குகிறாள். கண்டறிய முடியாத போது அவனது நினைவிலே மயில்களாக மாறிவிடுகிறாள். அவன் செல்லும் இடமெல்லாம் அவனைப் பின்தொடர்கிறாள்.

அந்தக் கதையில் ஒரு படகில் நூறு மயில்களுடன் தர்மகீர்த்தி வருவதாகவும் படித்துறையில் அவன் இறங்கி நடக்கும் போது அவன் பின்னால் மயில்களின் கூட்டம் தொடர்வதாகவும் சித்தரிக்கப்படுகிறது.

..

தர்மகீர்த்தியால் மயிலாக மாற்றப்பட்ட பெண்கள் என்ன ஆகிறார்கள், ஏன் காதல் ஒருவரை மயிலாக மாற்றிவிடுகிறது?

கதையில் அவர்கள் பூமியில் வசிக்கும் மயில்களைப் போலின்றி வானில் பறக்கத் துவங்கிவிடுகிறார்கள். சில இரவுகளில் வானில் மயில் கூட்டம் செல்வது போன்ற மாயக்காட்சி தெரிவதற்கு இதுவே உண்மைக் காரணம் என்கிறது கதை.

..

தனது மனைவியால் ஏமாற்றப்பட்ட தர்மகீர்த்தி என்ற இளவரசன் அந்த ஏமாற்றத்தைத் தாங்கமுடியாமல் மனைவியின் பெயர் கொண்ட பெண்ணை அழைத்து வந்து திருமணம் செய்து கொண்டு அன்றிரவே அவர்களை கொல்லத் துவங்கினான் என்றும் அவனிடமிருந்து தப்பிச் செல்வதற்காகவே பெண்கள் மயிலாக மாறினார்கள் என்றும் ஒரு கதை சொல்கிறது. இது உண்மையாக இருக்குமா எனத் தெரியவில்லை. ஆனால் இதே போலக் கதை அரபு தேசத்தில் சொல்லப்படுகிறது. ஒருவேளை அந்தக் கதை

தான் ஏழாம் நூற்றாண்டில் ஒரு வணிகன் மூலம் காஞ்சி வந்து சேர்ந்து தர்மகீர்த்தியின் கதையாக மாறிவிட்டதா என்றும் தெரியவில்லை.

..

தர்மகீர்த்தியைப் பற்றிய இன்னொரு கதையில் அவன் பிறந்தவுடன் தாயை இழந்துவிடுகிறான். தந்தை அவனை வெறுக்கிறார். தனிமாளிகை ஒன்றில் வளர்க்கப்படுகிறான். மூர்க்கமான இளைஞனாக வளர்கிறான். அரண்மனை தோட்டத்தில் ஒரு நாள் நீலமயில் ஒன்று பேரழகுமிக்கப் பெண்ணாக உருமாறுவதைக் காணுகிறான். அவளை அடைய விரும்பித் துரத்துகிறான். அவள் காதலால் அன்றி பலவந்தத்தால் தன்னை அடைய முடியாது என்கிறாள். என்ன செய்ய வேண்டும் என்று கேட்கவே அவனை ஆண்மயிலாக மாற்றிவிடுகிறாள்.

அதன்பிறகு தர்மகீர்த்தி ஆண்மயிலாக வாழுகிறான். அதில் அடையும் இன்பம் அவனை சுயநினைவின்றி மயக்கி வைக்கிறது. தந்தை இறந்து போகவே அவனது தேசத்தின் மீது எதிரிகள் போர் தொடுக்கிறார்கள். அப்போதும் அவன் ஆண் மயிலாகவே போருக்குச் செல்கிறான். போர்க்களத்தில் அவனை மயில்களே பாதுகாக்கின்றன. போரில் வென்ற பின்பு அவன் இரண்டு மயில்கள் கொண்ட ரதம் ஒன்றில் அரண்மனை நோக்கிப் பறந்து வருகிறான். ஆண் மயிலாகவே அவன் ஆட்சியைத் தொடருகிறான். அவனை மயிலாக மாற்றிய பெண் இறந்து போகவே மீளாத் துயரில் அவன் நெருப்பில் விழுந்து இறந்துவிடுகிறான் என்கிறது இக்கதை.

..

தர்மகீர்த்தியைப் பற்றிய சிறுகாப்பியமான தர்மகீர்த்தியாணத்தை எழுதியவர் யார் என்று தெரியவில்லை. ஆனால் இளவரசன் தர்மகீர்த்தி பேராலே வழங்கப்படுகிறது. அதிலும் தாயற்ற தர்மகீர்த்தி சிறுவயதிலே கானகம் சென்று துறவியாக வாழுகிறான். ஞானத்தை அடைவதற்காக கடுந்தவம் செய்கிறான். அவனை அரண்மனைக்கு அழைத்து வர ஒரு இளம்பெண்ணை அனுப்பி வைக்கிறார்கள். அவள் மயிலாக உருமாறி காட்டிற்குள் வருகிறாள். அந்த மயிலின் வசீகரத்தால் மயங்கி அரண்மனை திரும்பிய தர்மகீர்த்தி

அவளை மனைவியாக்கிக் கொள்கிறான். வருடங்கள் கடந்து போகின்றன. அவள் இறந்து போகிறாள். அந்த துக்கத்தை அவனால் தாங்கமுடியவில்லை. தனது மனைவியைப் போல ஒரு மயிலால் உருமாற முடியும் என நினைத்த தர்ம கீர்த்தி அதற்காக நாட்டிலுள்ள மயில்களை வேட்டையாட ஆரம்பிக்கிறான். முடிவில் தேசத்திலிருந்த மயில்கள் முற்றி அழிந்து போகின்றன. இந்த சிறுகாப்பியத்தின் முடிவில் மயில்களின் சாபத்தால் தர்மகீர்த்தி நாகமாக மாற்றப்படுகிறான். அவனை வானிலிருந்த வந்த மயில் ஒன்று கவ்விக் கொண்டு பறக்கிறது.

••

தர்மகீர்த்தியினைப் பற்றிய கதைகளில் அவன் நிஜமாகவும் இல்லை. புனைவாகவும் இல்லை. நீரிலும் நிலத்திலும் ஒரே நேரத்தில் வாழும் உயிரினம் போலிருக்கிறான். கதைகளில் வாழுகிறவர்களின் விதி புதிரானது போலும்.

தர்மகீர்த்தி என்பது ஒரு மயிலின் பெயர். அது புத்தனின் மனைவி யசோதரையால் வளர்க்கப்பட்டது என்று எங்கோ படித்த ஞாபகம்.

ஒருவேளை அதுவும் புனைவு தானோ!...

✦✦✦

கிதார் இசைக்கும் துறவி

கிதார் இசைக்கும் பிக்குவின் வீடியோவை மாளவிகா தான் அனுப்பி வைத்திருந்தாள்.

மாளவிகா எனது மகள். இங்கிலாந்தின் கிங்ஸ்டன் பல்கலைக்கழகத்தில் ஃபேஷன் டிசைனிங் படிக்கிறாள். அவளது விருப்பங்களும் தேடலும் புதிராக இருந்தன. சில நாட்களுக்கு முன்பு வில்லியம் பிளேக்கின் கவிதை ஒன்றை வாசித்து அனுப்பி வைத்திருந்தாள். அதன் மறுநாளோ என்னவோ புவி வெப்பமடைதல் குறித்த சுற்றுச்சூழல் அமைப்பின் போராட்டம் ஒன்றில் பதாகையை ஏந்தியபடியே நிற்கும் புகைப்படத்தை அனுப்பியிருந்தாள்.

கற்பனை செய்ய முடியாத ரூபத்தில் மேகங்கள் உருக்கொள்வதும் போல அவளது விருப்பங்கள் மாறிக் கொண்டேயிருந்தன. நபகோவ் பெயரிலுள்ள வண்ணத்துப்பூச்சியை நேரில் கண்டதைப் பற்றி ஒரு நாள் எழுதியிருந்ததைப் படித்த போது யாரோ பெரிய எழுத்தாளர் எழுதியது போல வியப்பாக இருந்தது.

வீட்டைவிட்டு வெளியேறி தொலைவில் படிக்கச் செல்லும் பிள்ளைகள் நம்மிடமிருந்தும் விலகிச் சென்றுவிடுகிறார்கள். அவள் சென்னையில் படித்துக் கொண்டிருந்த நாட்களில் இது போன்ற பெண்ணாக இல்லை. புதிய தேசம். புதிய சூழல் அவளை மாற்றியிருக்கிறது. அந்த மாற்றம் அவளது தோற்றத்திலும் செயலிலும் வெளிப்பட்டது. ஆனால் அது என் மனைவிக்குப் பிடிக்கவில்லை.

கிதார் இசைக்கும் துறவியின் வீடியோவை வாட்ஸ்அப்பில் அனுப்பியதோடு அதன் கீழே இசை தான் எனது தியானம் என்றொரு வரியையும் அனுப்பி வைத்திருந்தாள்.

இருபத்திரெண்டு வயதில் உலக இன்பங்களை ஆசையாக அனுபவித்துக் கொண்டிருப்பாள் என்று நினைத்தால் இப்படி தியானம், போராட்டம், வண்ணத்துப் பூச்சிகளின் அருங்காட்சியகம் எனப் புரிந்துக் கொள்ள முடியாமல் இருக்கிறோளே என்று தோன்றியது.

மாளவிகா அனுப்பிய வீடியோவில் ஒரு புத்த பிக்கு கிதார் இசைத்துக் கொண்டிருந்தான். முப்பது வயதிருக்கும். மழிக்கப்பட்ட தலை. ஆரஞ்சு வண்ண துறவியுடை. சற்றே பெரிய காதுகள். கூர்மையான மூக்கு. சிறிய உதடுகள். அதில் உறைந்த புன்னகை. அந்தத் துறவி நேபாளியா அல்லது வெளிநாட்டுக்காரனா எனத் தெரியவில்லை. அவனது இடது கையில் புத்தரின் உருவத்தை பச்சை குத்தியிருந்தான்.

புத்தபிக்குவை இப்படி கையில் கிதாரோடு காண வேடிக்கையாக இருந்தது. துறவிகள் பற்றிய நம் மனதிலுள்ள பிம்பமும் இன்றைய துறவிகளின் தோற்மும் ஒன்றாக இருப்பதில்லை. ஒருவேளை நாம் தான் அந்த பிம்பத்தை விட்டு விலகி வர மறுக்கிறோமா அல்லது துறவு என்பதன் அர்த்தம் மாறிவிட்டதா?

உதிரும் மலர்கள் என்ற பெயரிடப்பட்ட அந்த இசைத்துணுக்கில் அவர் கிதாரை மீட்டும் விதம் உண்மையிலே செர்ரி மலர்கள் பூத்து விழுவது போல நிதானமாக இருந்தது.

வழக்கமாக கிதார் இசையில் வெளிப்படும் வேகமும் பரபரப்பும் இல்லை. தண்ணீரின் மீது நடந்து செல்லும் பூச்சியைப் போல நிதானமாக கிதார் கம்பிகளில் விரலை இயக்குகிறான். அந்த இசை கடந்த காலத்தின் நினைவுகளை எழுப்புவதாக இருந்தது.

புகைப்படங்களை விடவும் இசையால் கடந்த காலத்தினை எளிதாக மீட்டிவிட முடிகிறது. சிறிய இசைத்துணுக்கு கேட்டவுடன் மனது தானே பள்ளி வயதிற்குச் சென்றுவிடுகிறதே.

அந்த வீடியோவை இரண்டு மூன்று முறை பார்த்திருப்பேன். திரும்ப திரும்பக் கேட்க வேண்டும் போலவேயிருந்தது. அதுவும் இரவில் கேட்கும் போது

ஊதுபத்தியிலிருந்து நறுமணம் கசிந்து அறையில் நிரம்புவது போல மனதின் வெற்றிடத்தை இசை நிரப்பியது போல உணர்ந்தேன்.

அவனது வேறு ஏதாவது காணொளி இருக்கிறதா என்று யூடியூப்பில் தேடிய போது அவனது பெயர் லிமாங் டோல்மா என அறிந்து கொண்டேன்.

யூடியூப்பில் அவனது நூற்றுக்கும் மேற்பட்ட இசைத்துணுக்குகள் இருந்தன. எல்லாமும் சரியாக ஏழு நிமிஷங்கள் மட்டுமே ஓடக்கூடியது. ஒரு நாளில் அவன் ஏழு நிமிடங்கள் மட்டுமே கிதார் வாசிக்கிறான். அதுவும் கோபன் பௌத்த மடாலயம் வெளியே உள்ள சால் மரத்தடியில் முக்காலியில் அமர்ந்தே வாசிக்கிறான். அதை நேரில் கேட்பதற்காக பல நாடுகளிலிருந்தும் நூற்றுக்கணக்கானவர்கள் வருகிறார்கள் என்ற தகவல்களை இணையத்தில் காண முடிந்தது.

இத்தனை இனிமையான இசையைத் தருகிறவன் ஏன் ஏழு நிமிடங்கள் மட்டுமே வாசிக்கிறான் என்று புரியவில்லை.

லிமாங் டோல்மா பற்றித் தெரிந்துக் கொள்வதற்காக மாளவிகாவை தொலைபேசியில் அழைத்தேன். அவள் ஐந்தாவது நாளாக மௌனவிரதத்தில் இருப்பதாக குறுஞ் செய்தி அனுப்பியிருந்தாள். எதற்காக இந்த மௌனம்? நாவை கட்டுவதால் மனதைக் கட்டிவிட முடியுமா என்ன!

என் மனைவியிடம் இதைப் பற்றி சொன்னபோது,

"நான் தான் அவளைத் திட்டினேன். அந்தக் கோபத்தில தான் இப்படிச் செய்றா" என்றாள். அம்மாவிற்கும் மகளுக்கும் என்ன சண்டை என்று தெரியவில்லை.

"இன்னும் எத்தனை நாள் இந்த மௌனம் தொடரும்" எனக் குறுஞ்செய்தி அனுப்பிக் கேட்டேன்.

"கடவுளுக்குத் தான் தெரியும்" என மாளவிகா பதில் அனுப்பி வைத்தாள்.

..

நான் கார் கம்பெனி ஒன்றின் உயரதிகாரியாக இருந்த காரணத்தால் ஒரு நாளில் இரண்டு அல்லது மூன்று

கூட்டங்களை நடத்த வேண்டியதிருந்தது. பொதுவாகக் கூட்டம் முடிந்து அறைக்குத் திரும்பும் போது எனது ரத்த அழுத்தம் கூடியிருக்கும். சில நாட்கள் தலைவலி அதிகமாவதும் உண்டு. ஒன்றிரண்டு கூட்டங்கள் தொடர்ச்சியாகப் பத்துமணி நேரம் நடப்பதும் உண்டு. கூட்டம் முடிந்து வெளியே வரும் போது தோளில் யாரோ இரும்பு பொதியை ஏற்றி வைத்தது போல உணர்வேன். பேச்சு, விவாதம், சண்டை இவை எல்லாம் இல்லாமல் நிர்வாகம் செய்யவே முடியாதா எனச் சலிப்பாக இருக்கும்.

அன்றைக்கு கூட்டம் துவங்குவதற்கு முன்பாக ஏதோ உந்துதலில் செல்போனிலிருந்த துறவியின் கிதார் இசையைக் கேட்டேன். ஏழு நிமிஷங்கள் கண்களை மூடிக் கொண்டு தியானத்திலிருப்பது போல ஆழ்ந்து கேட்டேன். ஈரக்காற்று உடலில் படும் போது ஏற்படும் இதம் போல சுகமாகயிருந்தது. மனதில் ஒரு நிம்மதி. முன் அறியாத உற்சாகம்.

அன்றைய கூட்டத்தில் எனது குரல் மற்றும் தீர்வு சொல்லும் முறை மாறியிருப்பதை உணர்ந்தேன். அதை விற்பனை பிரிவு ஊழியர்களும் உணர்ந்திருக்கக்கூடும். கூட்டம் முடிந்து லிஃப்டில் கீழே வரும் போது அமர்நாத் சொன்னார்,

“உங்க பேச்சிலே இன்னைக்கு என்னமோ புதுசா இருந்துச்சு. அதை சொல்லத் தெரியலை. நீங்க ஒரு ஜென் துறவி மாதிரி பேசுனீங்க!”

“ஆமாம்” என்பது போலத் தலையசைத்துக் கொண்டு சிரித்தேன். சிறிய இசைத்துணுக்கால் இவ்வளவு பெரிய மாற்றத்தை ஏற்படுத்த முடியுமா என ஆச்சரியமாக இருந்தது.

லிமாங் டோல்மா பற்றி மேலும் அறிந்துக் கொள்ள விரும்பினேன். இணையம் தான் இருக்கிறதே! தேடத் தேட வியப்பு அதிகமாகிக் கொண்டே போனது.

லிமாங் டோல்மாவின் உண்மையான பெயர் கிறிஸ்டோஃபர் கேன் என்பதும் அவன் மிலனில் பிறந்தவன் என்பதையும் அறிந்துக் கொண்டேன். மானுடவியல் படித்த அவன் ஒரு புத்தபிக்குவின் தொடர்பால் மனம் மாறி பௌத்த மடாலயத்தில் சேர்ந்து துறவியாகியிருக்கிறான்.

பௌத்த மடாலயத்தின் முன்பு உள்ள மரத்தடியை தவிர வேறு எங்கும் அவன் இசைப்பதேயில்லை. அவனது இசையை நேரில் கேட்பதற்காக இளைஞர்கள் திரண்டு வருகிறார்கள். சிலர் நாட்கணக்கில் அங்கே தங்கி தினமும் அந்த இசையைக் கேட்கிறார்கள். கிதார் இசைக்கும் புத்தன் என அவனது உருவம் பதித்த டீசர்டுகளை இளைஞர்கள் விரும்பி அணிகிறார்கள்.

அவனுடன் நடத்தப்பட்ட நேர்காணலில் ஒரு இளம்பெண் கேட்கிறாள்,

"இந்திய ஞானிகள் அத்தனை பேரும் ஆளுக்கு ஒரு இசைக்கருவியை வைத்திருக்கிறார்கள். புத்தர் ஏன் எந்த இசைக்கருவியையும் வாசிக்கவில்லை? கையில் ஏந்தவில்லை!..."

லிமாங் டோல்மா சிரித்தபடியே சொல்கிறான்,

"அவரே ஒரு இசைக்கருவி தான். தன்னை மீட்டிக் கொள்ளத் தெரிந்தவனுக்கு வேறு இசைக்கருவிகள் தேவையில்லை. இயற்கையின் சங்கீதம் அப்படிப் பட்டது தானே! தண்ணீரின் இசையை விடச் சிறந்த இசை உலகில் இருக்கிறதா என்ன?"

"உங்கள் இசை ஏன் ஏழு நிமிஷத்தில் முடிந்துவிடுகிறது?"

"சந்தோஷத்தின் அளவு ஏழு நிமிஷங்கள் தான். ஏழு என்பது பௌத்த மரபில் விழிப்புணர்வின் அடையாளம்."

"ஏழு நிமிஷங்கள் எங்களுக்குப் போதவில்லை. கூடுதல் நேரம் இசைக்கக் கூடாதா?"

"தேனை பாட்டிலோடு சாப்பிடவா விரும்புவீர்கள்? ஒரு ஸ்பூன் போதாதா!" என்று கேட்கிறான் லிமாங் டோல்மா.

அவனது பேச்சு, அதில் வெளிப்படும் நிதானம், கிதாரை கையாளும் விதம் என அவனை ஆழ்ந்து ரசிக்கத் துவங்கினேன். எனக்கும் அவனது உருவம் பதித்த டீசர்ட் போட்டுக் கொள்ள ஆசையிருந்தது.

எனது நண்பர்கள் சிலருக்கு லிமாங் டோல்மாவின் கிதார் இசையை அனுப்பி வைத்துக் கேட்கும்படி சொன்னேன். நரம்பியல் மருத்துவரும் எனது பள்ளித் தோழனுமான

கிதார் இசைக்கும் துறவி ф 41

மோகன் முரளிதரன் மட்டும் பதில் அனுப்பியிருந்தான். இதைவிடச் சிறப்பாக துருக்கியில் ஒருவன் கிதார் இசைக்கிறான். அதைக் கேட்டுப்பார் என்று இன்னொரு வீடியோவை அனுப்பி வைத்திருந்தான்.

ஒரு இசையைக் கேட்கும் போது ஏன் இன்னொரு இசையை ஒப்பிட வேண்டும். இந்த முட்டாள்தனத்தை விலக்கவே முடியாதா?

எனக்கு மோகன் மீது கோபம் வந்தது. ஃபோனில் அழைத்துத் திட்டினேன். அவன் கேலியாகச் சொன்னான்.

"நீ பழமாகிக் கொண்டு வருகிறாய். அதான் இப்படித் துறவியின் கிதாரைக் கேட்கிறாய். இசை நம்மை இளமையாக்க வேண்டும். நரம்புகளைச் சுண்டி இழுக்க வேண்டும். நீ வாழ்நாளில் எந்த இசைக்கருவியையும் தொட்டதே கிடையாதே? எங்கே விசில் அடித்துக் காட்டு பார்ப்போம்."

மோகன் சொன்னது உண்மை. பள்ளிவயதில் மற்றவர்கள் வாசித்த மௌத் ஆர்கான் கூட நான் வாசித்ததில்லை. ஆனால் மோகன் சொன்னதற்காகவோ என்னவோ ஒரு கிதார் வாங்க வேண்டும் போலிருந்தது.

அன்று மாலையே லியோ மாலில் இருந்த இசைக்கருவிகள் விற்கும் கடைக்குச் சென்றேன்.

லிமாங் டோல்மாவின் வீடியோவைக் காட்டி அது போன்ற கிதார் ஒன்று வேண்டும் என்று கேட்டேன்.

கடைப்பெண் உற்சாகமான முகத்துடன்,

"லிமாங் டோல்மா!..." என்றாள்.

அவளும் இந்த இசையைக் கேட்டிருக்கிறாள் என்பது மகிழ்ச்சி அளித்தது. உள்ளிருந்து அது போன்ற ஒரு கிதாரை கொண்டு வந்து கொடுத்தாள்.

"எனக்கு கிதார் வாசிக்கத் தெரியாது. என் மகளுக்காக வாங்குகிறேன்," என்று சொன்னேன்.

கடைப்பெண் சிரித்தபடியே சொன்னாள்,

"லிமாங் டோல்மா ஒரு திருடன். சிறையில் இருந்திருக்கிறான். வெளிவந்த பிறகு புத்த துறவியாகி

விட்டான். அவன் இசையின் வழியாக புத்தருடன் பேசுகிறான் என்கிறார்கள்.”

“உங்களைப் போல இதே கிதார் வாங்க வந்த இரண்டு பெண்கள் பேசிக் கொண்டதைக் கேட்டேன்.”

“நீ அதை நம்புகிறாயா?”

“பாதி நம்புகிறேன்.”

“எந்த பாதி”

“அவன் புத்தருடன் பேசுகிறான் என்பதை மட்டும்” என்று சொல்லிச் சிரித்தாள்.

அந்தச் சிரிப்பின் போது அவளும் என் மகள் போலவே இருந்தாள். ஒரு வேளை இளம்பெண்களுக்கு புத்தன் வேறுவகையான ஆளுமையாக இருக்கிறானோ என்னவோ!

என்னைப் போன்ற ஐம்பது வயதைக் கடந்தவன் அறிந்த புத்தனும், இளம்பெண்கள் கொண்டாடும் புத்தனும் ஒன்றில்லையா!

வீட்டிற்கு கிதாரைக் கொண்டு வந்த போது என் மனைவி கோவித்துக் கொண்டாள்.

“எதற்காக இதை வாங்கிக் கொண்டு வந்திருக்கிறீர்கள், இதை யார் வாசிப்பது.”

“இருக்கட்டும்” என்றேன்.

“சும்மா வீட்டில் வைத்துக் கொள்ள இது என்ன அலங்காரப் பொருளா?” என்று கேட்டாள். நான் பதில் சொல்லாமல்! மாளவிகா அறையில் அவளது படுக்கையை ஒட்டி கிதாரை வைத்தேன்.

கிதாரை வைத்தவுடன் அவளே வீடு திரும்பியது போன்ற நெருக்கம் உருவானது.

அன்றிரவு அந்தக் கிதாரின் புகைப்படத்தை மாளவிகாவிற்கு வாட்ஸ்அப்பில் அனுப்பி வைத்தேன்.

அவள் மகிழ்ச்சியின் அடையாளமாக இரண்டு கைதட்டுகளை அனுப்பியதோடு நாங்கள் லிமாங் டோல்மாவை நேரில் காணச் செல்கிறோம் என்று குறுஞ் செய்தி அனுப்பியிருந்தாள்.

கிதார் இசைக்கும் துறவி ф 43

லிமாங் டோல்மாவைக் காணச் செல்கிறாள் என்ற மகிழ்ச்சியை விடவும் நாங்கள் என்பதில் உள்ள இன்னொரு ஆள் யார் என்பதை அறிந்துக் கொள்வதிலே மனது தீவிரமானது.

மாளவிகாவிடம் அதைப் பற்றிக் கேட்கவில்லை. மாறாக எப்போது போகிறாய் என்று குறுஞ்செய்தி அனுப்பினேன்.

அவளிடமிருந்து பதில் வரவில்லை. ஐந்து நாட்களுக்குப் பின்பு அவளிடமிருந்து ஒரு புகைப்படம் வந்திருந்தது.

நூற்றுக்கணக்கான இளைஞர்களுக்குள் அவளும் உட்கார்ந்திருக்கிறாள். அவர்கள் முன்பு லிமாங் டோல்மா கிதார் வாசித்துக் கொண்டிருக்கிறான்.

என் கண்கள் லிமாங் டோல்மாவை விடவும் மாளவிகாவின் தோள் மீது கை போட்டுக் கொண்டிருக்கும் நீண்ட தலைமுடி கொண்ட இளைஞன் மீது குவிந்தது. யார் இவன்? எத்தனை நாள் பழக்கம்? அந்த இளைஞனின் முகம் சரியாகத் தெரியவில்லை. புகைப்படத்தைப் பெரிது செய்து பார்த்தேன். ஐரோப்பிய முகம். ஒருவேளை அவனும் இசைக்கலைஞன் தானா!

மாளவிகாவிற்கு ஃபோன் செய்து கேட்க வேண்டும் போலிருந்தது. அந்த எண்ணத்தை மறைத்துக் கொண்டு அவளிடம் இசை நிகழ்ச்சியைப் பற்றிக் கேட்பது போலப் பேச வேண்டும் என மனதிற்குள் முடிவு செய்து கொண்டேன்.

மாளவிகா ஃபோனில் உற்சாகமாக சொன்னாள்,

"லிமாங் டோல்மாவின் இசையை நேரில் கேட்கும் போது காற்றில் பறக்கும் பட்டம் போல உணர்ந்தேன். அதை எப்படிச் சொல்வது எனத்தெரியவில்லை. பிளையிங் டு ஹெவன்."

"லிமாங் டோல்மா ஒரு திருடன் என்று படித்தேன்" என்று வேண்டுமென்றே சொன்னேன்.

"அதெல்லாம் கட்டுக்கதை. பத்திரிக்கைகள் உருவாக்கின கதை. அவனிடம் இதைப் பற்றிக் கேட்டதற்கு மழைத்துளிகளுக்கு கடந்தகாலம் கிடையாது என்று பதில்

சொன்னான். நானும் ஜோனாவும் மூன்று நாட்கள் அந்த மடாலயத்தில் இருந்தோம். அற்புதமான அனுபவம்."

மனதில் யார் ஜோனா என்ற கேள்வி எழுந்தது. அவளிடம் கேட்கலாமா வேண்டாமா என்று குழப்பமாக இருந்தது. அவளாக ஏன் அவனைப் பற்றிச் சொல்ல மறுக்கிறாள்.

"ஜோனா இசைக்கலைஞனா?" என்று கேட்டேன்.

"டாட்! உங்களுக்கு எப்படித் தெரியும். அவனும் நன்றாக கிதார் வாசிப்பான். அவன் தான் எனக்கு லிமாங் டோல்மாவை அறிமுகப்படுத்தியவன்."

"ஜோனா உன்னோடு படிக்கிறானா?"

"இல்லை. ஒரு பாரில் வேலை செய்கிறான். அங்கே நானும் பகுதி நேரம் வேலை செய்கிறேன்."

"சொல்லவே யில்லை" என்று பொய்யாகக் கோவித்துக் கொள்பவன் போல நடித்தேன்...

"டாடி... இதைப்பற்றி அம்மாவிடம் சொல்ல வேண்டாம்."

"எதை பாரில் வேலை செய்வதையா" என்று வேண்டுமென்றே கேட்டேன்.

"ஜோனாவைப் பற்றியும் தான்" என்றபடியே அவள் சிரித்தாள்.

அந்தச் சிரிப்பின் போது அவள் வேறு யாரோ ஒரு இளம் பெண் போலிருந்தாள். மாளவிகா ஃபோனை வைத்த பின்பு நான் ஜோனாவை பற்றியே நினைத்துக் கொண்டிருந்தேன்.

அவன் நல்லவனா அல்லது கெட்டவனா. ஒருவேளை லிமாங் போல அவனும் ஒரு காலத்தில் திருடனாக இருந்தவன் தானா. போதை அடிமையா? அவனது அப்பா அம்மா யார்? ஜோனாவை அவள் காதலிக்கிறாளா?

ஏன் அவன் பெயரைக் கேட்டதும் எனக்குப் பிடிக்காமல் போய்விட்டது. உண்மையில் மோகன் சொல்வது போல நான் பழமாக மாறிவிட்டேனா! எங்கோ கிதார் இசைக்கும் துறவியைப் பிடிக்கிறது. ஆனால் அது போல கிதார் இசைக்கும் ஜோனாவை ஏன் பிடிக்கவில்லை? குழப்பமாக இருந்தது.

கிதார் இசைக்கும் துறவி ✤ 45

ஒருவேளை லிமாங் டோல்மா என் மகளின் தோளில் கை போட்டு நின்றால் அவனையும் பிடிக்காமல் போய்விடுமா குழப்பமாக இருந்தது.

இரண்டு நாட்களுக்குப் பின்பு மாளவிகா தனது செல்ஃபோனில் பதிவு செய்திருந்த லிமாங் டோல்மாவின் காணொளியை எனக்கு அனுப்பி வைத்திருந்தாள். காற்றில் நடப்பவன் போல லிமாங் நடந்து வருகிறான். மரத்தடியில் அமர்கிறான். கிதாரை இசைக்கும் அவனது முகத்தில் சாந்தம். இதற்கு முன்பு கேட்டு ரசித்த அந்த இசை இப்போது கேட்கும் போது மனதிற்கு நெருக்கம் தரவில்லை. என் மனதில் லிமாங்கிற்குப் பதிலாக ஜோனாவின் முகமே தோன்றியது. ஏனோ நாக்கில் கசப்பு படிந்து விட்டது போன்ற உணர்வு தோன்றியது.

அன்றிரவு மாளவிகா அழைத்திருந்தாள். நான் கேட்பதற்கு முன்பாகவே அவள் சொன்னாள்,

"லிமாங் டோல்மாவை நேரில் பார்த்து திரும்பிய பிறகு அவனது இசையைக் கேட்க பிடிக்கவில்லை."

"எதனால்" என்று எதுவும் தெரியாதவன் போலக் கேட்டேன்.

"எப்படி திடீரெனப் பிடித்திருந்ததோ அப்படித் திடீரெனப் பிடிக்காமல் போய்விட்டது." என்றாள்.

"ஜோனா எப்படியிருக்கிறான்?" என்று வேண்டுமென்றே கேட்டேன்.

"அவனை பற்றிப் பேசவேண்டாம். அவனை மட்டுமில்லை. அவன் அறிமுகப்படுத்திய எல்லாவற்றையும் வெறுக்கிறேன்."

அதைக் கேட்டபோது நான் மனதிற்குள் சந்தோஷமடைந்தேன்.

"உங்களுக்குள் என்ன பிரச்சனை. நான் வேண்டுமானால் ஜோனாவிடம் பேசவா?" என்று கேட்டேன்.

"நீங்கள் எதற்காகப் பேச வேண்டும். அவனுடன் பழகியது ஒரு கெட்ட கனவு. டாடி, நீங்கள் ஏன் என்னைக் கண்டிப்பதேயில்லை?" என்று கேட்டாள்.

"நீ ஒன்றும் சிறுமியில்லையே."

"ஆனால் நீங்கள் என்னை அப்படித் தான் நினைத்துக் கொண்டிருக்கிறீர்கள். அம்மாவிற்குப் புரிந்த அளவிற்கு உங்களுக்கு என்னைப் பற்றிப் புரியவில்லை."

"அப்படியா..." எனக் குழப்பமாக இருந்தது. மாளவிகா விசும்பும் குரல் கேட்டது. முதன்முறையாக அவள் ஃபோனில் அழுகிறாள். அவளை எப்படிச் சமாதானம் செய்வது எனத் தெரியவில்லை. அவசரமாக ஃபோனை எனது மனைவியிடம் கொடுத்தேன். அவள் சமையல் அறைக்குள் நடந்தபடியே மாளவிகாவிடம் பேசி சமாதானம் செய்தாள்.

ஜோனாவிற்கும் அவளுக்கும் என்ன பிரச்சனை. ஏன் இப்படி அழுகிறாள் எனக் குழப்பமாக இருந்தது. அதே நேரம் அவள் தானாக உருவாக்கிக் கொண்ட உலகம் பிடிக்காமல் எனது உலகை நோக்கி வருகிறாள். அவள் வீடு திரும்புகிறாள் என்ற எண்ணமும் மனதில் உருவானது.

மாளவிகா என்ன சொல்கிறாள் என மனைவியிடம் விசாரித்தேன்.

"அந்தப் பையன் சரியில்லை. நான் ஆரம்பத்திலே சொன்னேன். அவ தான் கேட்கலை."

"உனக்கு ஜோனாவை பற்றி முன்னமே தெரியுமா?"

"ஆறு மாசத்துக்கு முன்னாடியே சொன்னா... உங்கப்பாவுக்கு இதெல்லாம் பிடிக்காதுனு திட்டிவிட்டேன். நான் அந்த ஜோனாகிட்டயே பேசியிருக்கேன்."

"நீயா..." என்று வியப்போடு கேட்டேன்.

"ஆமா. அவன் பேசுனது ஒரு எழவும் புரியலை."

"இப்போ என்ன பிரச்சனையாம்?"

"அதான் முடிஞ்சு போச்சுல்லே...! இனிமே பேசி என்ன ஆகப்போகுது."

என்ன நடந்தது என்று புரிந்து கொள்ள முடியவில்லை. ஆனால் என்னை விடவும் மாளவிகா அம்மாவிடம் நெருக்கமாக இருந்திருக்கிறாள். அனைத்தையும் பகிர்ந்திருக்கிறாள் என்பது வருத்தமளித்தது. பின் ஏன் என்னிடம் அம்மாவிற்குத் தெரிய வேண்டாம் என்று

நடித்தாள். இது நாடகமா! பிள்ளைகள் வளர்ந்தவுடன் தந்தையை விளையாட்டுப் பொருளாக்கிவிடுகிறார்களா? எனக்குத் தெரிந்த மகள் தெரியாத பெண்ணாக இருப்பதை ஏற்றுக் கொள்ள முடியவில்லை.

அன்றிரவு மீண்டும் கிதார் இசைக்கும் துறவியின் காணொளியைப் பார்த்தேன். இசையை விடவும் அந்த மரமே என்னை அதிகம் கவர்ந்தது.

இலைகள் மரத்திலே தங்கிவிட முடியாது. அது உதிரும் போது பிடிப்பதற்கு மரம் கைநீட்டுவதில்லை. உதிர்ந்த இலைகள் காற்றில் பறக்கும் போது மரம் அமைதியாகப் பார்த்துக் கொண்டிருப்பதைத் தவிர வேறு வழியில்லை. ஏனோ அந்த இசை மனதின் துயரை அதிகப்படுத்தியது.

காலை நான் அலுவலகம் கிளம்பும் போது பார்த்தேன்,

என் மனைவி மாளவிகா அறையில் இருந்த கிதாரை எடுத்து வந்து குப்பைத்தொட்டி அருகில் வைத்திருந்தாள்.

கிதார் என்ன தவறு செய்தது?

நம் தவறுகளுக்கு ஏதாவது ஒன்று பலியாகத் தானே வேண்டும்.

"இதை என்ன செய்யப்போறே..?" என்று கேட்டேன்.

"அனீஷ் வந்து எடுத்துக்கிறேன்னு சொல்லியிருக்கான். இதை வச்சி நாம என்ன செய்யப்போறோம். மாளவிகாவுக்கு இதெல்லாம் பிடிக்காது."

அவள் சொன்னால் சரியாகத் தான் இருக்கும் என்பது போலத் தலையாட்டினேன். ஆனால் அப்படிச் செய்வது எனக்கு வருத்தமளிக்கவே செய்தது.

❖❖❖

கதவைத் தட்டிய கதை

தனது வீட்டுக் கதவைத் தட்டிய கதையைப் பற்றி அந்தக் கவிஞன் எழுதியிருந்தான்.

புதுடெல்லியின் குளிர்கால இரவு ஒன்றில் அவனது வீட்டினைக் கதை தட்டியது. தொலைதூரத்திலிருந்து வந்த விருந்தாளியை வரவேற்பது போலக் கதையை வரவேற்றான். கதை ஒரு முதியவரின் தோற்றத்திலிருந்தது. கிழிந்த சட்டை, கவலை படிந்த முகம். கதைக்கு உறுதியான கால்களும் கைகளும் இருந்தன. கதை மூச்சுவிட்டுக் கொண்டுமிருந்தது. கதையின் கண்கள் மட்டும் தொல்சுடரென ஜொலித்தன.

“நீண்ட தூரம் பயணம் செய்திருப்பீர்கள் போல் இருக்கிறதே” என்று கேட்டான்.

“கதைகள் நடந்த தூரத்தைக் கணக்கிட முடியாது” என்றது கதை.

“நான் ஒரு கவிஞன். நீங்கள் முகவரி மாறி வந்துவிட்டீர்கள் என நினைக்கிறேன்” என்றான்.

“ஒரு காலத்தில் கவிஞர்கள் கதையோடு நெருக்கமாக இருந்தார்கள். இப்போது ஏன் கதைகளைக் கைவிட்டீர்கள்?” என்று கேட்டது அக்கதை.

“அதற்குத்தான் நிறைய கதாசிரியர்கள் வந்து விட்டார்களே” என்றான் கவிஞன்.

“கவிதையில் வசிப்பது குகையில் வசிப்பதைப் போல புராதனமானது, பாதுகாப்பானது” என்றது கதை.

“இந்த நகரில் அன்றாடம் நான் சில கதைகளைக் காணுகிறேன். கதாபாத்திரமாக நடந்து கொள்பவர்களுடன் உரையாடுகிறேன், சண்டையிடுகிறேன். ஆனால் கதைகளோடு நான் நெருக்கமாக இல்லை. கதைகளைக் கையாளுவது எனக்குச் சிரமமானது” என்றான் கவிஞன்.

"நீ ஒரு கதையாக மாறிக் கொண்டேயிருக்கிறாய். அதனால் தான் உன்னைத் தேடி வந்தேன்" என்றது கதை.

"நானே அதை உணர்ந்துக் கொண்டிருக்கிறேன். முடிவில்லாத கதை ஒன்றைப் போலிருக்கிறேன். பல நூற்றாண்டுகளாக நான் வாழ்ந்துக் கொண்டிருப்பது போலத் தோன்றுகிறது."

"நீ பிறந்ததே ஒரு கதை. அன்னையைப் பறி கொடுத்து மாமா வீட்டில் வளர்ந்தது ஒரு கதை. தந்தையை வெறுத்தது ஒரு கதை. ஊரைவிட்டு ஓடிவந்தது, காதலித்தது, கைவிட்டது, தற்கொலைக்கு முயன்றது என நீ கதைகளால் ஆனவன்."

"நான் கதைகளிலிருந்து விடுபட விரும்புகிறேன். கதையாகிவிட்டால் எல்லாமும் ஏற்றுக் கொள்ளப்பட்டு விடும். கவிதைகள் அப்படியில்லை. ஒரு வரியைக் கூட உலகம் எளிதாக ஏற்றுக் கொள்ளாது. கவிதை என்பது எதிர்ப்பின் வடிவம்."

"நான் உனது பால்ய சிநேகிதன், அதை மறந்துவிடாதே. நாம் ஒரு கோப்பை தேநீரையாவது பகிர்ந்துக் கொள்வோம்" என்றது கதை.

அவன் கதைக்காகத் தேநீர் தயாரிக்க சமையலறைக்குச் சென்றான். கெட்டிலில் தண்ணீர் ஊற்றிக் கொதிக்க வைக்கும் நேரத்தில் அவன் தன்னைப் பற்றியே நினைத்துக் கொண்டான்.

அவனது அலுவலகத்தில் எவரும் அவனை கவிஞன் என்று அறிந்திருக்கவில்லை. அவனது மனைவி பிள்ளைகள் ஆயிரம் மைல்களுக்கு அப்பால் சொந்த கிராமத்தில் வசித்தார்கள். ஆண்டிற்கு ஒருமுறையோ இருமுறையோ ஊருக்குப் போய்வருவதுண்டு.

அவன் தனது குக்கிராமத்தை கவிதை எழுதுவதற்கான இடமாகக் கருதவில்லை. அங்கேயே வசித்தால் தான் கவிஞனாக இருக்க முடியாது என்று நம்பினான். அவனது கவிதைகளில் ஒருவரியைக் கூட அவனது மகளோ, மகனோ அறிந்திருக்கவில்லை. அவனுக்கு நண்பர்கள் குறைவு. அவனது அறைத் தேடி வந்து குடிப்பவர்கள் மனதில் அவனைப் பற்றி நல்ல அபிப்ராயமில்லை.

நகரமும் அதன் அலைக்கழிப்பும், உதிரி மனிதர்களும், தனிமையும், துயரமும் தான் கவிதை எழுதும் சூழலைத் தருவதாக நம்பினான். அவனது கவிதைகளில் எரியும் சுடர்

கறுப்பு நிறத்திலிருந்தது. நம் காலத்தில் கவிஞனாக வாழுவது சாபம் என்று அவன் நாட்குறிப்பில் எழுதிவைத்திருந்தான்.

அவனால் சொற்களுக்குள் ஒளிந்து கொள்வதைத் தவிர உலகை நேர் கொள்ள முடியவில்லை. அவன் உண்மையில் ஒரு ஓவியனாக இருக்கவே ஆசைப்பட்டான். கவிதை எழுதும் போது தான் ஓவியனாகிவிடுவதாக நம்பினான்.

உலகின் சகல பொருட்களின் மீதும் தூசி படிவதைப் போலத் தன் மீதும் காலத்தின் தூசி படிவதை உணர்ந்திருந்தான். உண்மையில் தூசி என்பது நிசப்தத்தின் அடையாளம். அது புறக்கணிப்பினை உணர்த்துகிறது என்பதையும் அறிந்திருந்தான்.

முப்பது ஆண்டுகளில் அவன் ஐந்து கவிதைத் தொகுதிகள் வெளியிட்டிருந்தான். அதுவும் சின்னஞ்சிறிய புத்தகங்கள். எந்த புத்தகமும் இரண்டாம் பதிப்பு வரவில்லை. அவன் பென்சிலால் கவிதைகள் எழுதும் கவிஞன். உலகம் அதிநவீனமாக வளர்ச்சியடைந்துக் கொண்டிருக்கும் போது அவன் ரகசியமான துளை ஒன்றின் வழியே கடந்தகாலத்தின் ஆரவாரமில்லாத பொழுதுகளில் வாழ்ந்துக் கொண்டிருந்தான். பள்ளி வயது புகைப்படங்களுக்கு பதிலாகப் பள்ளி வயதில் அணிந்த சட்டையை இப்போதும் பாதுகாத்து வைத்திருந்தான். நட்சத்திரங்களை விடவும் அதன்பின்னுள்ள இருளை அதிகம் நேசித்தான். பொருட்களின் மீது நினைவுபடிந்து எடை கூடிவிடுவதை அறிந்திருந்தான். தான் ஒரு நகரும் படிக்கட்டு என்பது போல உணர்ந்தான். தனது வாழ்க்கை ஃபிரிட்ஜிற்குள் எரியும் சிறுவிளக்கைப் போல அமைதியானது, குளிர்ச்சியானது, அலாதியானது என்று நம்பினான்.

தேநீர் கெட்டில் கொதித்துக் கொண்டிருந்தது. இரண்டு கோப்பைகளில் அவன் தேநீரை நிரப்பி எடுத்துக் கொண்டு நடந்தான். வரவேற்பறையில் கதை இல்லை. அது வந்து போனதன் அடையாளமாகத் தான் அணிந்திருந்த கிழிந்த சட்டையை விட்டுச் சென்றிருந்தது.

பழையத் துணிகள் எதைத் தொட்டாலும் அது கதை சொல்லத் துவங்கிவிடுவதை அவன் உணர்ந்தான்.

கிழிந்த சட்டை உலகின் அபூர்வமான மலர் ஒன்றைப் போல அவன் கண்களுக்கு மட்டும் தெரிந்தது.

✦✦✦

கிதார் இசைக்கும் துறவி ɸ 51

அவனது மௌனமும் அவளது மௌனமும்

புத்தக வாசிப்பும் அது பற்றிய பேச்சுமே அவர்களுக்குள் காதலை உருவாக்கியது. ஆசை ஆசையாக புத்தகங்களைப் பரிசளித்துக் கொண்டார்கள். பின்பு அவர்களுக்குத் திருமணமானது. மணவாழ்க்கையை துவங்கிய புதிதில் ஒரு ஒப்பந்தம் செய்துக் கொண்டார்கள்.

தாங்கள் வாங்கும் புதிய புத்தகத்தின் முதல் பக்கத்தை அவன் படித்தால், அவள் இரண்டாவது பக்கத்தை சத்தமாகப் படிக்க வேண்டும். இப்படி ஒரே புத்தகத்தை ஆளுக்குப் பாதியாக பிரித்துக் கொண்டார்கள்.

இருவருக்கும் விருப்பமான நாவல் ஒன்றை வாங்கினார்கள். அதன் ஒற்றைப்படையான பக்கங்களை அவனும் இரட்டைப்படையான பக்கங்களை அவளுமாகச் சேர்ந்து படித்தார்கள். இருவரால் படிக்கப்படும் போது புத்தகம் இறகுப்பந்தாட்டம் போலாகி விடுகிறது. அல்லது இருவரால் எழுதப்பட்டது போலாகிறது.

சில மாதங்களில் அவர்களின் திருமண வாழ்வில் சிறிய சண்டைகளும் கோபதாபங்களும் உருவாகின. இதைப் போக்கிக் கொள்ள புதிய ஊர்களுக்குப் பயணம் செய்தார்கள். நிறைய சினிமா பார்த்தார்கள். விதவிதமான உணவு வகைகளை ருசித்தார்கள். அப்படியும் சேர்ந்து படிப்பது போன்ற நெருக்கத்தை வேறு எதிலும் உணரவில்லை.

அவனுக்கு கோபம் வந்த நாளில், நாவலின் ஒற்றைப்படையான பக்கத்தைப் படிக்க மறுத்தான். அவள்

தனியே இரட்டைப்படையான பக்கத்தை வாசித்தாள். கதையின் விடுபடல் மனதை உறுத்தியது. ஆனாலும் முந்தைய பக்கத்தைப் படிக்க விரும்பவில்லை.

இது போல அவளுக்குச் சலிப்பூட்டிய நாளில் தனது பக்கத்தை உரத்து வாசிக்காமல் மௌனமாக மனதிற்குள் படித்தாள். அவளது மௌனத்தை ஏற்றுக் கொண்டவன் போல அவனும் மௌனமாக வாசித்தான். இரண்டு மௌனங்கள் ஒன்று சேரும் போது அது பெரிய மௌனமாகுமா? அல்லது எடை மிகுந்துவிடுமா, அவனது மௌனமும் அவளது மௌனமும் ஒன்றா என்ன?

ஒரு நாள் அவன் வேண்டுமென்றே நாவலின் பக்க எண்களைப் பேனாவால் அடித்துத் திருத்தினான். இப்போது நான்காம் பக்கம் ஐந்தாம் பக்கமானது. அதன்படி அவளது பக்கங்களைத் தனதாக்கிக் கொண்டான்.

அதை ஏற்காத அவள் தனது பக்கங்களுக்கு எல்லாம் ஆரஞ்சு வண்ணத்தில் வட்டமிட்டாள்.

அவன் தனது பக்கங்களுக்கு கீழே தனது கையால் எழுதி சிறிய துண்டு காகிதம் ஒன்றை ஒட்டினான். அவள் தனது பக்கங்களில் உள்ள வினைச் சொற்கள் யாவையும் நீக்கினாள்.

அவன் தனது பக்கத்தில் ஒரு நாயின் படத்தை வரைந்தான். அவள் தனது பக்கத்தில் ஒரு பறவையின் படத்தை வரைந்தாள். நாயும் பறவையும் சிநேகமாகவே நடந்துக் கொண்டன.

பின்பு ஒரு இரவு அவன் ஆத்திரத்தில் நாவலின் பக்கங்களைக் கிழித்து எறிந்தான். அவள் தனது மனதில் இருந்த நாவலின் பக்கங்களை ரகசியமாக பாதுகாத்துக் கொண்டாள். பின்பு அவர்கள் சேர்ந்து படிக்கவில்லை.

ஆனால் சில வாரங்களில் அவள் கர்ப்பம் தரித்தாள். பின்பு அழகான ஆண் குழந்தையைப் பெற்றெடுத்தாள். அவர்கள் மகிழ்ச்சியாக முடியும் நாவலை வாழத் துவங்கினார்கள்.

❖❖❖

உறக்கத்தின் குகையில் யார் வசிக்கிறார்கள்

மருத்துவமனையின் கட்டிலில் அமர்ந்திருந்த அந்தச் சிறுமி கேட்டாள்,

"டாக்டர்" உறக்கத்தின் குகையில் யார் வசிக்கிறார்கள்?"

என்ன கேள்வியிது. பன்னிரண்டு வயது சிறுமியால் எப்படி இவ்வாறு யோசிக்க முடிகிறது என்ற வியப்புடன் டாக்டர் அவளிடம் திரும்பக் கேட்டார்

"எனக்குத் தெரியவில்லை. உறக்கத்திற்குச் சொந்தமாக வீடு இருக்குமா என்ன"

அவள் அதை மறுப்பது போலச் சொன்னாள்

"உறக்கத்தின் இருப்பிடம் வீடில்லை. அது ஒரு குகை. உறக்கத்தின் வயதை நாம் கண்டறிய முடியாது. சூரியன் வெளிச்சத்தைப் பரவவிடுவது போல உறக்கம் தனது ஈரத்தால் நம்மை அணைத்துக் கொள்கிறது. "

"நீ கவிதையைப் போலப் பேசுகிறாய். உனக்கு எதற்காக இந்தச் சந்தேகம் வந்தது"

"எங்கள் பள்ளியில் ஒரு பாடலை படித்திருக்கிறோம். அதில் பகலில் உறக்கம் தனது வீட்டிற்குத் திரும்பிப் போய்விடும் என்று சொல்லியிருந்தார்கள். அது உண்மையா டாக்டர். "

"நானும் கேள்விப்பட்டிருக்கிறேன். ஆனால் பகலில் உறங்குகிறவர்கள் இருக்கிறார்களே"

"அது வேறு தூக்கம். இரவில் வருவது வேறு. எனக்கு என்னவோ உறக்கத்தின் வீட்டில் அதன் மகனோ மகளோ இருக்கக் கூடும் என்று தோன்றுகிறது. உறக்கம் என்பது ஒரு அன்னை. "

அவளது அழகான கற்பனையை ரசித்தபடியே டாக்டர் சொன்னார்

"உறக்கத்தின் மகள் எப்போதும் உறங்கிக் கொண்டே இருப்பாளா?"

"இல்லை... உறங்கவே மாட்டாள். உறக்கம் என்பது விநோதமான திரவம். தூக்கத்தில் நம் உடல் படகாகிவிடுகிறது. அது செல்லும் திசையை நாம் கணிக்க முடியாது. உறக்கம் எப்போதும் கால்பாதம் வழியாகத் தான் உடலிற்குள் நுழைகிறது. உங்களுக்குத் தெரியும் தானே!"

அவளது பேச்சில் மயங்கியபடியே கேட்டார்,

"உனக்கு நன்றாகத் தூக்கம் வருகிறதா?"

"பாறையில் வெயில் அடிப்பது போல வெளியே உறங்குவது போலிருக்கிறேன். உள்ளே உறங்கவேயில்லை."

"அதற்குக் காரணம் உனது நினைவுகள். அது மெல்ல வடிந்துவிடும். பின்பு உன்னால் ஆழ்ந்து தூங்க முடியும். நலமாகி விடுவாய்."

"ஜன்னலுக்குப் பின்புறம் நின்று கொண்டு தெருவை வேடிக்கை பார்க்கும் சிறுமியைப் போலத் தூக்கம் என்னை விட்டு விலகி நிற்கிறது. நான் அதன் கண்களை, கைகளைப் பார்க்கிறேன். ஆனால் என்னை நெருங்கிவரவில்லை."

"நீ நிறைய யோசிக்கிறாய். கற்பனை செய்கிறாய். அது குழப்பத்தை அதிகமாக்கிவிடும்."

அவள் சிரித்தாள். பின்பு கைகளால் தலையைக் கோதியபடியே சொன்னாள்,

"உறக்கத்திற்கும் பசியிருக்கிறது. அது நம் நினைவுகளைச் சாப்பிட்டுக் கொள்கிறது."

டாக்டரும் அதைக் கேட்டுச் சிரித்தார். பின்பு அவளிடம் சொன்னார்,

"உன்னோடு பேசிக் கொண்டே இருக்கலாம் போலிருக்கிறது. ஆனால் எனக்கு நேரமில்லை."

உடல் முழுவதும் காயங்களும், சிக்கு பிடித்த தலையும், சிவந்த கண்களும் கொண்ட அந்தச் சிறுமி அந்த தேசத்திற்கு அகதியாக வந்திருந்தாள். அகதிகளை ரகசியமாக ஏற்றி வரும் கப்பல் ஒன்றில் ஒளிந்து வந்த அவளுக்கு ஆறு நாட்கள் தொடர்ந்துகாய்ச்சல் அடித்தது.கண்களைத்திறக்கவேயில்லை.

கிதார் இசைக்கும் துறவி Φ 55

ஒரு நாள் அவளது உடல் விறைத்துப் போனது. அவள் இறந்துவிட்டதாக நினைத்து கடலில் வீசினார்கள். ஆனால் அவள் பிழைத்துக் கொண்டாள். எத்தனை இரவு பகல்கள் கடலில் மிதந்தாள் என்று தெரியவில்லை. ஆனால் மீனவன் ஒருவனால் காப்பாற்றப்பட்ட போது அவள் நினைவிழந்து போயிருந்தாள். அவளைக் கடலோர காவல்படையினர் மருத்துவமனையில் அனுமதித்தார்கள். நினைவு மீண்ட போதும் அவள் கடலில் மிதப்பது போலவே உணர்ந்தாள். மருத்துவர்கள் அவளைக் குணப்படுத்தப் போராடினார்கள். பின்பு அவளது தாய்மொழியில் உரையாடத் தெரிந்த மருத்துவரை சிகிச்சை செய்ய அழைத்து வந்தார்கள். அவள் வேகமாகக் குணமாகி வரத்துவங்கினாள்.

அதன் பிறகான நாட்களில் அவளது கவித்துவமான பேச்சு வயதை மீறியதாக இருந்தது. சில சமயம் அவள் தனது தலையணையோடு உரையாடினாள். சில நேரம் மருத்துவமனை சுவர்களுடன் பேசினாள்.

சில நாட்களுக்குப் பின்பு மருத்துவர் அவளுக்கு ஒரு நோட்டும் பேனாவும் கொண்டு வந்து கொடுத்தபடியே சொன்னார்,

"எழுதத் துவங்கினால் நீயே உறக்கத்தின் குகையில் யார் வசிக்கிறார்கள் என்பதைக் கண்டுபிடித்துவிடுவாய்."

அவள் ஆசையாக அந்த நோட்டை வாங்கிக் கொண்டாள். அதன் பிறகு அவள் மருத்துவரோடோ, தலையணையுடனோ பேசவில்லை. மௌனமானாள். மிகவும் அமைதியாகிவிட்டவளாக மாறினாள். அவளது நோட்டில் நிறைய எழுதியிருந்தாள். அதை யாருக்கும் படிக்கத் தரவேயில்லை. பின்பு ஒரு நாள் அவள் குணமடைந்து முகாம் ஒன்றுக்கு அனுப்பி வைக்கப்பட்டாள். அன்று டாக்டரிடம் சொன்னாள்,

"உறக்கம் ஒரு ஓவியன் டாக்டர். அது நம் உடலில் அற்புதங்களை வரைந்துவிட்டுப் போகிறது. உறக்கத்தின் குகையில் யாருமேயில்லை. அது எப்போதும் தனியாகவே இருக்கிறது."

அவளது பேச்சைப் போலவே நடந்து செல்லும் அழகும் தனித்துவமாக இருந்தது. டாக்டர் அவளையே பார்த்துக் கொண்டிருந்தார்.

❖❖❖

பனிக்கரடியின் கனவு

வெள்ளத்தால் பாதிக்கப்பட்ட டெல்டா பகுதிகளைப் பார்வையிட டெல்லியிலிருந்து மத்திய குழுவினர் வருகிறார்கள் என்ற தகவல் கிடைத்த நாளிலிருந்து அந்த அலுவலகம் மிகவும் பரபரப்பாக இயங்கிக் கொண்டிருந்தது.

மாறி மாறி தொலைபேசி அழைப்புகள், உயரதிகாரிகளின் அவசர உத்தரவுகள், இதன் காரணமாக வருவாய் கோட்டாட்சியராகப் பணியாற்றிய தயாபரன் பதற்றமாகியிருந்தார். அவரது ரத்த அழுத்தம் மிகவும் அதிகமாகி பின் மண்டை மற்றும் புருவங்கள் வலிக்க ஆரம்பித்திருந்தன. வழக்கமாக சாப்பிடும் பிரஷர் மாத்திரையை வாயிலிட்டுத் தண்ணீர் குடித்துக் கொண்டார்.

ஐம்பது வயதைக் கடந்த தயாபரன், கறுப்பு அல்லது சாம்பல் நிற பேண்ட், அதற்குப் பொருத்தமாக வெளிர் நிறங்களில் முழுக்கைச் சட்டை அணிவது வழக்கம். ஸ்டார் முத்திரையுள்ள லெதர் பெல்ட் போட்டிருப்பார். கையில் ஒரு செல்ஃபோன், சட்டைப்பையில் ஒரு செல்ஃபோன், நாலாக மடித்த காகிதங்கள், முருகன் படம், கையெழுத்துப் போடுவதற்கான பச்சை மற்றும் கறுப்புப் பேனாக்கள் வைத்திருப்பார்.

அவர் சட்டைப் பையிலுள்ள ஐஃபோன் உயரதிகாரிகள் தொடர்பு கொள்வதற்கானது. அந்த அலைபேசியை இரவிலும் அணைத்து வைப்பதில்லை.

இந்த இரண்டு அலைபேசிகளைத் தவிர அலுவலக மேஜையிலும், வீட்டிலும் லேண்ட்லைன் தொலைபேசி இருந்தது. ஒரு நாளின் பெரும்பகுதி தொலைபேசியிலும் வாட்ஸ் அப் அனுப்பி வைப்பதிலும் கழிந்துவிடுவதாக

உணர்ந்தார். அப்படியும் அலுவலக நெருக்கடியைச் சமாளிக்க முடியவில்லை.

பெரும்பான்மை நாட்கள் மதியம் ஹோட்டல் சாப்பாடு தான். கலெக்டர் அலுவலகக் கூட்டம் நடக்கிற நாட்களில் சாப்பிடுவதற்கு மூன்று மணிக்கு மேலாகிவிடும். இந்த நடைமுறை அவருக்கு பழகிப் போய்விட்டிருந்தது.

இதனை ஈடுகட்டுவதற்காக ஞாயிற்றுக்கிழமைகளில் மதியம் பனிரெண்டு மணிக்கே சாப்பிட்டுவிடுவார். அதுவும் ஆட்டுக்கறி, கோழி, மீன், நண்டு, காடை என அசைவ வகைகள் அத்தனையும் சமைக்க வேண்டும். உணவு காரம் அதிகமாகவும் சூடாகவும் இருக்க வேண்டும். லுங்கி கட்டிக் கொண்டு சட்டை போடாத வெற்றுடம்புடன் தான் சாப்பிட அமர்வார். வேகமாக அள்ளி சாப்பிடும் போது அவருக்கு வியர்த்து வழியும். அதற்காக ஃபேன் போடுவதற்கு அனுமதிக்க மாட்டார். சாப்பிட்ட பத்தாவது நிமிஷம் மாடி அறைக்கு தூங்கச் சென்றுவிடுவார். விழித்து எழுந்து கொள்ளும் போது இரவு பத்து மணிக்கு மேலாகிவிடும். பின்பு குளித்துவிட்டு ரத்னா லாட்ஜிற்கு செல்வார். அங்கே நண்பர்களுடன் கூடி குடித்துவிட்டுப் பின்னிரவில் தான் வீடு திரும்புவார்.

மத்தியக் குழு எந்த ஊர்களைப் பார்வையிடுகிறார்கள், அவர்கள் எங்கே மதிய உணவு சாப்பிடுகிறார்கள், அவர்கள் தங்குகிற விருந்தினர் விடுதியில் குளியல் அறை எப்படியிருக்கிறது, அவர்கள் சந்திக்கவுள்ள விவசாயிகள் யார் யார்? எந்தப் பாதை வழியாகசெல்கிறார்கள் என்பதைப் பற்றிய முழுமையான விபரங்களை அவர் அனுப்பி வைத்திருந்தார். ஆனாலும் ஒரு நாளில் பத்துமுறைக்கும் மேலாக கலெக்டர் அலுவலகத்தில் இருந்து ஃபோன் வந்தது. இதற்கிடையில் மத்தியக் குழுவினர்களுடன் பத்திரிக்கையாளர்கள் பயணம் செய்யத் தனி ஏற்பாடு செய்யவேண்டியிருந்தது. தேர்தல் காலங்களில் இது போன்ற பணிகளைச் செய்திருக்கிறார் என்பதாலும் சிறப்பாகச் செயல்படும் அதிகாரி என்பதாலும் அவரது முழுப்பொறுப்பில் விட்டுவிட்டார்கள்.

மத்தியக் குழு பார்வையிடவுள்ள பகுதிகளை மாவட்ட ஆட்சித்தலைவர் நிர்மல் வர்மா பார்வையிடுவதற்காக வந்திருந்தார். அவருடன் இணைந்து பயணம் செல்ல வேண்டியிருந்தது.

தயாபரன் ஆட்சித்தலைவரை அனுப்பிவிட்டு மதியம் மூன்று மணிக்கு மேலாக அலுவலகம் திரும்பியிருந்தார். பசியும் களைப்பும் ஒன்றுசேரக் கண்ணைக் கட்டிக் கொண்டு வந்தது. தனது அறையிலிருந்த ஏர்கூலரை மிகவும் குளிர்ச்சியாக வைத்துவிட்டு "தான் கொஞ்சம் கண் அயர்வதாக" கிளார்க் லதாவிடம் தெரிவித்தார்.

"போனை ஆஃப் பண்ணி வச்சிட்டு ரெஸ்ட் எடுங்க சார். நாங்கள் பாத்துக்கிறோம்" என்று சொல்லியபடியே லதா இருக்கைக்குத் திரும்பினார்.

ஐந்து மணியை நெருங்கும் போது கலெக்டர் அலுவலகத்திலிருந்து தயாபரனை ஃபோனில் அழைத்தார்கள்.

லதா அவரை எழுப்புவதற்காகச் சென்றபோது அறை மிகவும் ஜில்லென்றிருந்தது. தயாபரன் ஒரு பனிக்கரடியாக மாறியிருந்தார்.

அதைக் கண்டு குழம்பிய லதா எப்படி இது நடந்தது எனப் புரியாமல், இயந்திரகதியில் "கலெக்டர் ஆபீஸிலிருந்து உங்களைப் பேசச் சொல்றாங்க சார்" என்றாள்.

பனிக்கரடி உருவத்திலிருந்த தயாபரன் "நான் பேசிக்கிறேன்" என்று மனிதக்குரலில் சொன்னார்.

"ஆள் உருவம் மாறியிருக்கிறது ஆனால் குரல் மாறவில்லையே!" என்று எண்ணிக் கொண்ட லதா "உங்களுக்கு டீ சொல்லவா சார்?" என்று கேட்டாள்.

"டீ வேண்டாம். ஜில்லுனு ஏதாவது சொல்லும்மா" என்றபடியே தனது செல்ஃபோனைத் தேடினார். மேஜைக்குக் கீழே அவரது உடைகள் கிழிந்த நிலையில் கிடந்தன. இரண்டு செல்ஃபோன்களும் மேஜை மீதிருந்தன. ஐஃபோனை எடுத்து கலெக்டர் அலுவலகத்தைத் தொடர்புக் கொண்டார்.

"பயணத்திட்டத்தில் மாறுதல் ஏற்பட்டிருக்கிறது. பனிரெண்டாம் தேதிக்குப் பதிலாக பதினான்காம் தேதி வருகிறார்கள். அதே ஊர்களைப் பார்வையிடுகிறார்கள்" என்று சொன்னார்கள்.

"எல்லாம் ரெடி சார். எப்பவும் அவங்க வரலாம்" என்று சொன்னார் தயாபரன்.

நிறைய ஐஸ் போட்டு கண்ணாடி டம்ளரில் கரும்பு ஜூஸ் கொண்டு வந்த பையன் அறையில் ஒரு பனிக்கரடி அமர்ந்திருப்பதைப் பார்த்து வேடிக்கையாகக் கேட்டான்.

கிதார் இசைக்கும் துறவி ♦ 59

"ஒரு ஜூஸ் போதுமா சார்?"

அவனை முறைத்தபடியே அகன்ற கைகளை நீட்டி கரும்பு ஜூஸை கடகடவென வாயில் ஊற்றிக் குடித்தது பனிக்கரடி.

"என்ன சார் ஆச்சு. இப்படி இருக்கீங்க?" என்று கேட்டான் கடைப்பையன்.

"உன் வேலையைப் பாத்துட்டு போடா" என்று திட்டினார் தயாபரன். கண்ணாடி டம்ளரைக் கையில் எடுத்தபடியே அவன் வெளியேறிச் சென்றான்.

அலுவலகத்திலிருந்த ஊழியர்கள் அனைவரும் தயாபரன் பனிக்கரடியாக மாறிவிட்டதை அறிந்தார்கள். அதிகாரிகள் எந்த உருவமும் எடுப்பார்கள் என்று உணர்ந்தவர்கள் போல அதனை இயல்பாகவே எடுத்துக் கொண்டார்கள்.

தன்னைக் கண்ணாடியில் பார்த்துக்கொண்ட தயாபரனும் அதிர்ச்சி அடைவதற்குப் பதிலாக குழப்பமானார். அவரது குரல் அப்படியே இருந்தது. ஞாபகம் அப்படியே இருந்தது. அதே அரசு வேலை, அதிகாரம். எதுவும் மாறவில்லை. பின்பு பனிக்கரடியாக மாறியதால் என்ன பிரச்சனை என்று தோன்றியது. தனது அகலமான கைகளையும் பருத்த உடலையும் விநோதமாகப் பார்த்துக் கொண்டார்.

அலுவலகம் முடிந்து வீடு திரும்புவதற்காக கிளம்பியபோது அவரைக் காண காத்திருந்த பெண்மணி மட்டும் குழப்பத்துடன் கரடி எதற்காக இந்த அலுவலகத்திற்கு வந்திருக்கிறது என்று வெறித்துப் பார்த்துக் கொண்டிருந்தாள்.

"சுந்தரம்... ஜீப் எடு" என்று அவர் உத்தரவிட்டதும் டிரைவர் சுந்தரம் ஜீப்பை எடுத்தார். அவருக்கும் ஒரு பனிக்கரடி தனது ஜீப்பில் ஏறுகிறதே என்று குழப்பம் ஏற்பட்ட போதும் அதைக் காட்டிக் கொள்ளவில்லை. அதிகாரி கரடியாக இருந்தாலும் உத்தரவிற்கு அடி பணிய வேண்டும் என்று அவருக்கு கற்பிக்கப்பட்டிருந்தது.

பனிக்கரடி ஜீப்பிற்குள் ஏறுவதற்குச் சிரமப்பட்டது. பின்பு கஷ்டப்பட்டுத் தனது கனத்த உடலை ஜீப்பிற்குள் திணித்துக் கொண்டு "போகலாம்" என்றது.

சுந்தரம் ஜீப்பை ஓட்டத்துவங்கினார். நகரவீதிகளில் அந்த ஜீப் சென்ற போது பொதுமக்களில் சிலர் பனிக்கரடியை வியப்போடு பார்த்தார்கள்.

ஏதாவது விழாவிற்குக் கொண்டு போகிறார்கள் போலும் என நினைத்துக் கொண்டார்கள்.

அவர் தனது வீடு போய்ச் சேர்ந்த போது கிரிக்கெட் விளையாட கிளம்பிக் கொண்டிருந்த அவரது மகன் விஸ்வா சத்தமாகச் சொன்னான்.

"அம்மா... வெளியே வந்து பாரு"

தயாபரனின் மனைவி வெளியே வந்த போது பனிக்கரடி தனது பெரிய பாதங்களை எடுத்து வைத்து முன் கேட்டை தள்ளி நுழைந்தது.

அவள் ஏதோ கேட்க முற்படுவதற்குள் அவரது கோபமான குரல் வெளிப்பட்டது.

"அப்படி என்னத்தைப் பாக்குறே. உள்ளே போடி"

அவள் திகைப்புடன் "என்னாச்சு. ஏன் இப்படி வந்து நிக்குறீங்க" எனக் கேட்டாள். போதை உச்சமாகி சட்டையைத் தலைகீழாகப் போட்டு வந்து நின்ற நள்ளிரவில் இதே கேள்வியைக் கேட்டிருக்கிறாள்.

"ஒண்ணும் ஆகலை. இப்பவும் நான் உன் புருஷன் தான், போதுமா" என்றது பனிக்கரடி.

அவள் தனக்குத்தானே முணுமுணுத்தபடியே "குளிச்சிட்டு வாங்க" என்றபடியே சமையல் அறைக்குள் சென்றாள்.

ஒரு மணி நேரத்திற்கும் மேலாக குளியல் அறையில் ஷவரைத் திறந்து விட்டு குளித்துக் கொண்டேயிருந்தது பனிக்கரடி. பின்பு ஈரத்துடன் நடந்து ஹாலை நோக்கி வந்த போது "வீடெல்லாம் ஈரமாக்காதீங்க..." என்று மனைவி கோவித்துக் கொண்டாள்.

பனிக்கரடி அமர்வதற்கான பெரிய நாற்காலி எதுவும் அவர்களிடமில்லை. ஆகவே அவள் "அப்படி உட்காருங்க" எனத் தரையைக் காட்டினாள்.

"நான் வெளியே போயிட்டு வர்றேன்" என்று வெளியே கிளம்பியது பனிக்கரடி.

"கார்த்திகா வீட்டு ரிசப்ஷன் இருக்கு. நாம போக வேண்டாமா" என்று கேட்டாள் மனைவி.

"எட்டு மணிக்கு மேலே போவோம்" என்றபடியே பனிக்கரடி வெளியே செல்ல ஆரம்பித்தது.

அண்டை வீட்டார் மற்றும் தெருவில் விளையாடிக் கொண்டிருந்த சிறார்கள் பனிக்கரடியை வேடிக்கை பார்த்தார்கள்.

"விஸ்வாவோட அப்பாடா..." என்று ஒரு பையன் கேலியாகச் சொன்னான்.

மற்றவர்கள் சிரிக்கும் சத்தம் பனிக்கரடிக்கு நன்றாகவே கேட்டது. அவர் ஜீப்பில் ஏறிக் கொண்டார். நகைக்கடையில் அவருக்கு சிறிய வேலை இருந்தது. மோதிரம் ஒன்றை சரிசெய்யக் கொடுத்திருந்தார். அதற்காக பஜாரில் இறங்கி நடந்த போது கடைவீதியிலிருந்தவர்கள் ஆச்சரியத்துடன் பார்த்தார்கள். சாவகாசமாக நடந்து தனது நகைக்கடையை நோக்கி வரும் பனிக்கரடியை எப்படி வரவேற்பது எனப்புரியாத முதலாளி மஸ்தான் பொதுவான புன்சிரிப்புடன் "வாங்க" என வரவேற்றார்.

"மோதிரம் சரிசெய்யக் கொடுத்திருந்தேன், என்று சொன்னது கரடி. அந்தக் குரல் தயாபரனுடையது என்பதை அடையாளம் கண்டுகொண்ட மஸ்தான் "இன்னும் ரெடியாகி வரலை சார். வேற ஏதாவது காட்டவா" என்றார். "வேண்டாம்" எனக் கரடி தலையசைத்தது.

"புதுசா நாலு வடம் செயின் வந்திருக்கு. உங்க கழுத்துக்கு நல்லா இருக்கும்." என்றார் மஸ்தான்.

"இப்போ வேண்டாம்" என்றபடியே வெளியேறியது பனிக்கரடி. இந்த வேடிக்கையை கடைப்பையன்கள் ரசித்தார்கள். பனிக்கரடி வெளியேறி போனபிறகு மஸ்தான் சொன்னார்,

"கரடி ஒண்ணு தான் நம்ம கடைக்கு வராம இருந்துச்சு. அதுவும் இப்போ வந்திருச்சு."

அதைக் கேட்டு அனைவரும் சிரித்தார்கள்.

அன்றிரவு அவரும் மனைவியும் கல்யாண ரிசப்ஷனுக்குப் போயிருந்த போது விபத்தில் கால் முறிந்தவரை விசாரிப்பது போல பலரும் ஏன் கரடியாகிவிட்டார் என மனைவியிடம் விசாரித்தார்கள். கரடியாக இருந்தாலும் அதிகாரி என்பதால் ஒரு வேறுபாட்டினையும் காட்டவில்லை. மணமக்களுடன் பனிக்கரடி புகைப்படம் எடுத்துக் கொண்டது. சில இளம்பெண்கள் ஆசையாக அருகில் வந்து புகைப்படம் எடுத்துக் கொண்டது பனிக்கரடிக்கு

பெருமையாகவே இருந்தது. ஆனால் அதை தயாபரனின் மனைவி விரும்பவில்லை.

அவர்களை சாப்பிடுவதற்காக மேல்தளத்திற்கு அழைத்துக் கொண்டு போகையில் மாப்பிள்ளையின் சித்தப்பா அவரிடம் “கரடியாகிட்டா புது டிரஸ் எடுக்க வேண்டிய தேவையில்லை” என்று அசட்டு நகைச்சுவையைப் பகிர்ந்துக் கொண்டார்.

பனிக்கரடியாக இருந்த தயாபரன் இலையில் வைக்கப்பட்ட உணவுவகைகளை பிசைந்து அள்ளி சாப்பிடுவதை முகம்சுழித்தபடியே பார்த்துக் கொண்டிருந்தாள் அவரது மனைவி.

அவர்கள் வீடு திரும்பும் போது “சாப்பிட்ட எச்சில் கையை நீங்கள் கழுவவேயில்லை...” என்று மனைவி கோவித்துக் கொண்டாள்.

அந்த ஒரு நாளைக்குப் பிறகு அவர் பனிக்கரடியாக உருவெடுத்தது பற்றி எவரும் கவலைப்படவில்லை. வியப்படையவும் இல்லை. அவரது அலுவலகத்திலோ, அல்லது வீதியிலோ கூட யாரும் அதைப்பற்றி பேசிக் கொள்ளவில்லை. அவரது கையிலிருந்து சொட்டும் தண்ணீரால் அலுவலகக் காகிதங்கள் நனைந்துவிடுவதை மட்டும் ஊழியர்கள் குறையாகச் சொன்னார்கள். உத்தரவுகளைச் சரியாக நிறைவேற்றும் வரை அதிகாரி பனிக்கரடியாக இருந்தாலும் அரசாங்கம் கவலைப்படாது என்பது உண்மையானது.

பருத்த உடலோடு படுக்கை முழுவதையும் அவரே நிரப்பிக் கொண்டதால் மனைவி தரையில் பாயை விரித்துப் படுக்கும் நிலை உருவானது. பனிக்கரடியாக இருந்த போதும் அவர் தவறாமல் டிவியில் ஒளிபரப்பாகும் செய்திகளைப் பார்த்தார். பழைய சினிமா பாடல்களை கேட்டார். உயரதிகாரிகளின் உத்தரவுகளை நிறைவேற்ற பதற்றமாகச் செயல்பட்டார். எப்போதும் போலவே இரவில் நண்பர்களுடன் குடிப்பதற்குச் சென்றார். பின்னிரவில் வீடு திரும்பினார். பனிக்கரடியாக மாறியதால் வாரம் முந்நூறு ரூபாய்க்கு அவரது உடைகளை அயர்ன் பண்ணி வாங்குவது மட்டும் மிச்சம் என்று மனைவி சந்தோஷப்பட்டுக் கொண்டாள்.

சில இரவுகளில் அவர் மொட்டைமாடியில் நின்றபடியே வானத்து நட்சத்திரங்களை ஏன் வெறித்துப் பார்த்துக்

கொண்டிருக்கிறார் என்பது மட்டும் அவர்களுக்குப் புரியவில்லை. ஒருநாள் தனது மனைவியிடம் “இப்போதெல்லாம் எனக்கு கனவுகளே வருவதில்லை. ஏன் இப்படி ஆனது” எனக் கேட்டார். அவளுக்கு என்ன பதில் சொல்வது எனத் தெரியவில்லை.

திட்டமிட்டபடியே மத்தியக்குழு வருகை புரிந்த நாளில் கூட பனிக்கரடியாக இருந்த அவர் தனது ஜீப்பில் பின்தொடர்ந்தார். அந்தக் குழுவில் இருந்தவர்கள் அலுவலக நெருக்கடியால் தயாபரன் பனிக்கரடியாக மாறிவிட்டார் என்பதைச் சிறந்த வேடிக்கையாகக் கருதினார்கள். வெள்ள பாதிப்புகள் குறித்து அவர் பணிவான குரலில் விபரங்கள் தருவதை ரசித்தார்கள். மறுநாள் பத்திரிக்கையில் வெளியான புகைப்படத்தில் பனிக்கரடி ஒன்று ஓரமாக நிற்பதை பொதுமக்கள் பார்த்தபோதும் ஒருவரும் ஆச்சரியம் அடையவேயில்லை.

ஒரு ஞாயிறு காலையில் அவர் வீட்டிற்கு வருகை தந்த மாலினியின் நான்கு வயது மகள் ஸ்வேதா “அங்கிள் எனக்கு பனிக்கரடி முதுகில் ஏறணும்னு ஆசை. நான் உங்க முதுகில ஏறிக்கவா?” என்று கேட்டாள். சரியெனத் தலையாட்டினார். அவரது முதுகில் ஏறி அமர்ந்துக் கொண்டு தலையைத் தடவிக் கொடுத்து “முன்னாடி போ...” என்று உத்தரவிட்டாள். பருத்த உடலோடு அவர் முன்நகர்ந்தார். அந்த நிமிஷத்தில் மட்டுமே அவர் தான் ஒரு பனிக்கரடி என்பதை முழுமையாக உணர்ந்தார். முதன்முறையாக அவரது கண்களில் ஈரம் கசிந்தது.

பனிக்கரடியாக மாறியதால் அவரது அலுவலக இருக்கை பெரிதாக மாற்றப்பட்டது. நாளில் நான்குமுறை குளிக்கிறார் என்பதால் புதிய குளியல் அறையை உருவாக்கினார்கள். ஜீப்பில் ஏறுவது சிரமம் என்பதால் அலுவலகத்திற்கு நடந்து போய்வரத் துவங்கினார். செல்ஃபோனில் முன்பு போலவே பொறுமையாக பலருக்கும் பதில் சொல்லிக் கொண்டிருந்தார். உத்தரவுகளில் தயாபரன் என அழகாக கையெழுத்திட்டார். வணக்கம் சொல்பவர்களுக்கு தனது பருத்த கையை உயர்த்தி வணக்கம் வைத்தார். அதிகாரி கரடியாக மாறியதால் ஏற்பட்ட இந்த மாற்றத்தை அலுவலக ஊழியர்கள் ரசித்தார்கள்.

தனியே இருக்கும் நேரங்களில் அவரது முகம் சோகமடைந்துக் காணப்பட்டது. மனைவி பிள்ளைகளிடம்

உரையாடுவதை குறைத்துக் கொண்டார். பின்பு ஒருநாள் காலையில் தொட்டிசெடியில் பூத்திருந்த மஞ்சள் ரோஜாவை வியப்போடு பார்த்தபடியே இருந்தார். அதைப் பறிக்கும் போது அவரது கை நடுங்கியது.

ஆரம்பத்தில் பனிக்கரடியை கண்டு விடாது குலைத்த தெருநாய்கள் இப்போது வாலாட்டியபடியே பின்தொடர்ந்தன. சிறுவர்களும் கேலி செய்வதை மறந்தார்கள். பனிக்கரடியாக இருந்த தயாபரன் பின்னொரு நாள் அலுவலகம் விட்டு வீடு திரும்பாமல் நெடுஞ் சாலையை நோக்கி நடக்க ஆரம்பித்தார். எங்கே போனார், என்ன ஆனார் என்று எவருக்கும் தெரியவில்லை.

குடும்பத்தினர் அவரை ஊர் ஊராகத் தேடினார்கள். இமயமலைக்குப் போய் சாமியார் ஆகிவிட்டார் என்றார் ஒரு ஜோதிடர். மற்றவர் இது அவருக்கு ஏற்பட்ட சாபம். அதற்கான விமோசனம் தேடி போயிருக்கிறார் என்றார். அலுவலகப் பொறுப்பை கைவிட்டு போனதற்காக அரசாங்கம் மெமோ அனுப்பியது. அவர் வீடு திரும்பவேயில்லை. காணாமல் போனது ஒரு மனிதனா அல்லது பனிக்கரடியா என்பதை அரசாங்கத்தால் முடிவு செய்ய முடியவில்லை. அதன் காரணமாக அவருக்கு வரவேண்டிய சேமிப்பு நிதி மற்றும் பிறதொகைகள் நிறுத்தி வைக்கப்பட்டன.

சில ஆண்டுகளுக்குப் பின்பு ஒரு இரவு தொலைக்காட்சியில் காட்டப்பட்ட துருவப்பிரதேசத்தில் பனிக்கரடி ஒன்று தனியே நடந்துக் கொண்டிருந்தது. அதைக் கண்ட தயாபரனின் மனைவி அக்கரடி தனது கணவன் என்றே நினைத்துக் கொண்டாள். அவளை அறியாமல் கண்ணீர் வந்தது. பாவம் அந்தக் கரடி எனத் தோன்றியது.

அத்தோடு தன்னையும் கூட அழைத்துக் கொண்டுப் போயிருந்தால் வேளாவேளைக்கு சமைத்துப் போட்டிருப் போமே என்றும் அவளுக்குத் தோன்றியது.

✦✦✦

செகாவின் துப்பாக்கி

ஆன்டன் செகாவின் கதையிலிருந்த துப்பாக்கி திருடு போயிருந்தது. யார் அதைத் திருடியது எனத் தெரியவில்லை. ஆனால் அந்தத் துப்பாக்கி ஒரு வீட்டின் சுவரில் மாட்டப்பட்டிருந்தது. திருடு போன துப்பாக்கியைப் பற்றி செகாவிடம் எப்படித் தெரிவிப்பது என்று கதாபாத்திரங்களுக்கு தெரியவில்லை. ஒருவேளை திருடியதும் வேறு ஒரு கதாபாத்திரமாக இருக்குமோ என்ற சந்தேகமும் இருந்தது.

செகாவ் தனது கதையிலிருந்த துப்பாக்கி திருடப்பட்டதை அறிந்துக் கொள்ளாமல் வேறு கதைகள் எழுதுவதில் தீவிரமாக இயங்கிக் கொண்டிருந்தார். சில கதாபாத்திரங்கள் அவரது பல கதைகளிலும் வந்து போவதால் அவர்கள் வழியாக இந்தத் திருட்டைப் பற்றி செகாவிடம் சொல்வது என முயன்றார்கள்.

ஒவ்வொரு முறையும் செகாவிடம் இதைப் பற்றி கதாபாத்திரங்கள் பேச முற்படும் போது அவர் உண்மை சம்பவம் எதையாவது சொல்லி அதன் பேச்சைக் கேட்க மறந்துப் போவார். இதனால் கதாபாத்திரங்கள் கவலையடைந்தார்கள். திருடப்பட்ட துப்பாக்கி எந்தக் கதாபாத்திரத்தை நோக்கி நீளும் என்று தெரியாத பயமும் அவர்களுக்கு இருந்தது. செகாவின் வேறு கதையில் துப்பாக்கி இடம் பெற்றபோது அது களவு போன துப்பாக்கி தானா என கதாபாத்திரங்கள் ஆராய்ந்தன. ஆனால் அது வேறு துப்பாக்கி என்பதைக் கண்டுக் கொண்டதோடு ஒரே துப்பாக்கி இரண்டு கதையில் இடம்பெறுவதில்லை என்பதைக் கண்டு கொண்டன.

ஒரு முறை செகாவ் காதல் கதை ஒன்றை எழுதிக் கொண்டிருக்கும் போது அதில் அவர் எழுதாத ஒரு வரி தானே உருவானது. அந்த வரியில் துப்பாக்கி தொலைந்து போனதைப் பற்றிய தகவல் இருந்தது. தான் எழுதாத வரி எப்படி கதையில் வந்தது என்று செகாவிற்குப் புரியவில்லை. காதல் கதையில் துப்பாக்கிக்கு என்ன வேலை என்று யோசித்தார். பின்பு அவரே வேடிக்கையான குரலில் காதல் கதைகளின் முடிவைத் துப்பாக்கி தானே தீர்மானிக்கிறது என்று சொல்லிக் கொண்டார்.

பாவம் கதாபாத்திரங்கள். அதன் உலகில் நடக்கும் மாற்றங்களை உலகம் அறிவதேயில்லை. கதையிலிருந்து திருடு போன துப்பாக்கியைப் பற்றி எழுத்தாளர் ஒரு போதும் கவலைப்படப் போவதில்லை. காரணம் அந்த துப்பாக்கி ஒரு போதும் வாசகனை சுடாது என்று அவர்களுக்கு நன்றாகவே தெரியும்.

கடைசி விலங்கு

மதராஸ் பயத்தால் பீடிக்கப்பட்டிருந்தது. ஜப்பானியர்களின் ராணுவம் தாக்குதலுக்கு நெருங்கி வருவதாகவும் நகரின் மீது குண்டுவீசப்போவதாகவும் அறிந்த கவர்னர் ஹோப் ஊரை காலி செய்ய உத்தரவிட்டிருந்தார்.

அரசு அலுவலகங்களில் பாதி மதனப்பள்ளிக்கு மாற்றப்பட்டது. உயர் அலுவலகங்களில் சில ஊட்டிக்கு இடம்பெயர்ந்தன. நீதிமன்றம் கோவைக்கு மாற்றலானது. மருத்துவமனையிலிருந்த நோயாளிகளை வேலூருக்கு மாற்றினார்கள். இரண்டு லட்சத்திற்கும் மேலான மக்கள் நகரைக் காலி செய்து சொந்த ஊரை நோக்கிப் போயிருந்தார்கள். எல்லாக் கடைகளும் அடைக்கப்பட்டிருந்தன. மின்சாரம் முழுமையாக துண்டிக்கப்பட்டிருந்தது. பிரிட்டிஷ் அதிகாரிகளின் கனவில் ஜப்பானிய விமானங்கள் குண்டுமழை பொழிந்தன.

லண்டனை விடவும் உயரியதாக கருதப்பட்ட மதராஸ் மிருகக்காட்சி சாலையில் இருந்த அனைத்து ஆபத்தான விலங்குகளையும் உடனடியாக கொல்லும்படியாக கவர்னர் ஹோப்பின் ஆலோசகர் உத்தரவு பிறப்பித்தார்.

இதனை நிறைவேற்ற வேண்டிய கமிஷனர் புல்லாரெட்டி, விலங்குகளை கொல்வதற்குப் பதிலாக ரயிலில் ஏற்றி ஈரோட்டிற்கு கொண்டு செல்வது எனத் தீர்மானித்தார்.

ஆனால் ரயில் பெட்டிகளை ஏற்பாடு செய்வதில் சிக்கல் உருவானது. அத்தோடு வழியில் ஏதேனும் பிரச்சனை ஏற்பட்டு விலங்குகள் தப்பிப்போய்விட்டால் என்ன செய்வது என்ற பயமும் உருவானது.

முடிவாக மிருகக்காட்சி சாலையிலிருந்த விலங்குகளை கொல்வதற்காக மலபார் போலீஸ் படை பிரிவு அனுப்பி வைக்கபட்டது.

விடிகாலையில மலபார் போலீஸ் படை மிருகக்காட்சி சாலையினுள் நுழைந்தது. இறைச்சி கடைகள் அடைக்கபட்டிருந்த காரணத்தால் விலங்குகளுக்கு சில நாட்களாகவே உணவு வழங்கப்படவில்லை. ஆகவே போலீஸ் படையினரை தங்களுக்கு உணவு வழங்க வந்தவர்களாக நினைத்துக் கொண்ட விலங்குகள் பசியோடு அவர்களை நோக்கி வந்தன. காவலர்களின் துப்பாக்கி குணடுகள் பசித்த விலங்குகளை கொன்று குவித்தன. மூன்று ஆண்சிங்கங்கள், ஒன்பது பெண்சிங்கங்கள், நான்கு புலிகள், எட்டு சிறுத்தைகள் கொல்லப்பட்டன.

யானையை கொன்றால் புதைக்க எடுத்துச் செல்வது சிரமம் எனக்கருதி அதை மட்டும் உயிரோடு விட்டார்கள்.

கடைசியாக வந்த கரடி ஒன்று தன் முன்னே நீட்டப்பட்ட துப்பாக்கியை கேரட் என நினைத்துக் கொண்டு ஆசையாக கடிக்க முயன்றது. காவலர் தனது துப்பாக்கியால் கரடியின் திறந்த வாயினுள் சுட்டார். தாடையை துளைத்துச் சென்றது குண்டு. ரத்தம்பீறிட கரடி பெருங்குரலில் சத்தமிட்டது. அடுத்த குண்டு கரடியின் நெற்றியை நோக்கி பாய்ந்தது.

துடித்து வீழ்ந்த கரடி துப்பாக்கியை ஏன் தன்னால் தின்ன முடியவில்லை என்ற குழப்பத்துடன் இறந்து போனது.

தனது கோபத்தைக் காட்டுவது போலக் காலில் போட்டிருந்த செருப்பை உதறிவிட்டு வெறும் காலோடு விடுவிடுவென தனது வீடு நோக்கி நடக்கத் துவங்கினான். விநோத மிருகம் ஒன்றின் நாக்கைப் போலச் சாலை நீண்டு கிடந்தது.

✦✦✦

பழைய மனிதர்

பூங்காவில் அந்த நபரைப் பார்த்தேன். ஐம்பது வயதிருக்கும். வெளிர் பச்சை நிற கதர் வேஷ்டி, கட்டம் போட்ட சட்டை அணிந்திருந்தார். அவர் அணிந்திருந்த கண்ணாடியின் இடது பக்கப் பிடி உடைந்திருந்தது. அதை நூலால் கட்டியிருந்தார். வழக்கமாக பூங்காவிற்கு வருகிறவராகத் தெரியவில்லை. இன்றைக்குத் தான் முதன்முறையாகப் பார்க்கிறேன்.

அவரது கையில் ஒரு நியூஸ் பேப்பர் இருந்தது. அந்தச் செய்தித்தாளை விரித்து ஆர்வமாகப் படித்துக் கொண்டிருந்தார். பேப்பரின் முதற்பக்கத்தில் சத்தியவாணி முத்து மரணம் எனத் தலைப்புச் செய்தி வெளியாகியிருந்தது. அந்தப் பெயரை எனது சிறுவயதில் கேட்டிருக்கிறேன். அமைச்சராக இருந்தவர்.

அவர் இறந்த செய்தி இப்போது ஏன் வெளியாகியுள்ளது எனப் புரியாமல் பூங்காவின் சிமெண்ட் பாதையில் நடந்தேன். இரண்டாம் முறை அவரை நெருங்கி வரும் போது கவனித்தேன். அவர் கையில் வைத்திருந்தது 1999, நவம்பர் 12ஆம் தேதி பேப்பர்.

ஒரு பழைய பேப்பரை ஏன் இவ்வளவு சுவாரஸ்யமாகப் படித்துக் கொண்டிருக்கிறார். அந்தப் பேப்பர் இன்று வெளியானது போல கசங்காமல் இருக்கிறதே என யோசித்தபடியே நடந்தேன்.

என்றோ நடந்து முடிந்த செய்திகளால் இன்று என்ன பயன். பொழுதுபோகாமல் படிக்கிறவர் என்றால், எதற்காக இப்படிப் பழைய நாளிதழைப் படிக்க வேண்டும். குழப்பமாக இருந்தது.

நான்காவது சுற்றின் போது அவர் பேப்பரில் வந்த சினிமா விளம்பரத்தைப் பார்த்துக் கொண்டிருப்பதைக் கண்டேன். புதுக்குடித்தனம் என்ற சினிமாவிற்கான விளம்பரமது. அப்படி ஒரு படத்தைப் பற்றி நான் கேள்விப்படவேயில்லை.

வழக்கமாக நான் பத்தாயிரம் காலடிகள் நடக்கக் கூடியவன். அத்தனை சுற்று முடியும் வரை அவர் நாளிதழைப் படித்துக் கொண்டேயிருந்தார். எனது கடைசிச் சுற்று நடையின் போது அந்தப் பூங்கா, அங்குள்ள மரங்கள், சிமெண்ட் பெஞ்சுகள் எல்லாமும் இது போல நாற்பது வருடங்களுக்கு முந்தயவை தானே. அது ஏன் பழையதாகத் தோன்றவில்லை. பழைய நியூஸ் பேப்பர் படிப்பது மட்டும் கேலிக்குரியதாகத் தோன்றுகிறது எனத் தோன்றியது.

வீடு திரும்பும் வழியில் அவரைப் பற்றியே நினைத்துக் கொண்டு வந்தேன். ஒருவேளை அவர் இன்றைய செய்திகளை விரும்பாதவராக இருக்கக் கூடும். அல்லது அவருக்கு நினைவாற்றல் மங்கிப் போயிருக்கக் கூடும். எப்படியோ உலகம் கைவிட்ட ஒன்றைக் கையில் எடுத்து ஆசையாகப் படிக்க யாரோ இருக்கிறார்கள் என்பது புரிந்தது.

அதன் மறுநாள் பூங்காவிற்குள் செல்லும் போது எனது கண்கள் அவரைத்தான் முதலில் தேடின. அவர் இன்றைக்கு வேறு ஒரு பெஞ்சில் அமர்ந்திருந்தார். இன்று படித்துக் கொண்டிருந்த செய்தித்தாள் 1986ஆம் ஆண்டின் ஆகஸ்டில் வெளியான செய்தித் தாள். ஆசையாக விரித்துப் படித்துக் கொண்டிருந்தார்.

இதே ஆண்டு வெளியான ஒரு நாவலை அவர் படித்துக் கொண்டிருந்தால் எனக்கு வியப்பாக இருக்காது. செய்தித்தாள் என்பது தான் பிரச்சனையே! அவருக்கு எங்கே இந்தப் பழைய நியூஸ் பேப்பர்கள் கிடைக்கின்றன? அதை ஏன் பொதுவெளியில் வைத்துப் படிக்க நினைக்கிறார்?

என்னுடன் நடைப்பயிற்சிக்கு வரும் செல்வாவிடம் அவரைப் பற்றிச் சொன்ன போது அவர் தீவிரமான குரலில் சொன்னார்,

"அந்த ஆள் சிபிசிஐடியா இருந்தாலும் இருப்பார் சார். நோட்டம் பாக்க வந்திருப்பார்."

கிதார் இசைக்கும் துறவி ф 71

அதுவும் சாத்தியம் தானே! அப்படி நினைத்தவுடன் அவரை ஏறிட்டுப் பார்ப்பது அச்சம் தருவதாக மாறியது. அவர் பூங்காவில் நடப்பவர்களைப் பற்றி கவனம் கொள்ளவேயில்லை.

கடந்தகாலத்தின் படிகளில் இறங்கி என்றோ நடந்துமுடிந்துவிட்ட நிகழ்வுகளில் நீந்திக் கொண்டிருந்தார். உலகிற்குத் தேவையற்றுப் போன செய்திகள் சிலருக்குத் தேவையான செய்தியாக இருக்கின்றன. சிலர் ஒரு காலை கடந்தகாலத்திலும் மறுகாலை எதிர்காலத்திலும் வைத்து நடக்கிறார்கள். அவர்களுக்கு நிகழ்காலம் பொருட்டேயில்லை.

அவர் தன்னோடு மர்மத்தைக் கொண்டு வருகிறார். மர்மத்தை விரித்துப் படிக்கிறார். அவர் யார், எங்கே வீடிருக்கிறது, எதற்காக இவற்றைப் படிக்கிறார் என்ற விடை தெரிந்துவிட்டால் மர்மம் கலைந்துவிடும். அதை நான் விரும்பவில்லை.

எங்கேயிருந்து எப்போது வந்தது என அறியாத குயிலின் குரல் இனிமையை நாம் ரசிப்பதில்லையா! அப்படி இந்த மனிதரும் மர்மத்துடன் இருக்கட்டும் என விட்டுவிட்டேன்.

அவர் ஒவ்வொரு நாளும் பழைய நியூஸ் பேப்பர் படிப்பது மாறவில்லை. ஆனால் ஏன் புதிய, புதிய பழைய நியூஸ் பேப்பரைப் படிக்கிறார் என்பது தான் புரியவேயில்லை.

நீலாம்பூர் சென்றவன்

1980களில் இது நடந்திருக்கலாம். அவரது பெயர் ஜெகநாதராவ். அவருக்கு அலங்கார விளக்குகள் மற்றும் கண்ணாடி பொருட்கள் விற்பனை செய்தவகையில் மூன்று லட்சத்து அறுபத்தி மூவாயிரம் ரூபாய் பாக்கியிருந்தது. அந்தப் பணத்தை வசூல் செய்ய யாராலும் முடியவில்லை. நீண்டகால பாக்கியை வசூல் செய்வதற்காக அவனை நீலாம்பூர் அனுப்பி வைத்தார்கள்.

..

அவனது பெயரை தெரிந்து கொள்ளும் முன்பு, அவன் ஏன் நீலாம்பூருக்கு செல்ல விரும்பினான் என்பதைத் தெரிந்துக் கொள்வது முக்கியம்.

சில மாதங்களுக்கு முன்பு விடிகாலையில் அவனுக்கு ஒரு கனவு வந்தது. அந்த கனவில் அவன் ஒரு ரயில் நிலையத்தில் நின்றிருந்தான். அங்கே அவனைத் தவிர ஒரு பசு மட்டுமே இருந்தது.

அது நீலாம்பூர் என்பதை ரயில் நிலையத்தின் பெயர் பலவையிலிருந்து தெரிந்து கொண்டான்.

பயணிகளோ ரயில் நிலைய ஊழியர்களோ எவரையும் காண முடியவில்லை. அந்தப் பசுவும் கூடக் கண்களை மூடி சிலையைப் போல உறைந்திருந்தது. அதன் காதுகள் அசைவதைக் கொண்டே உயிருடன் இருக்கிறது என்பதை அறிய முடிந்தது. தூங்குமூஞ்சி மரங்கள் கொண்ட அந்தப் பிளாட்பாரத்தின் தொலைவில் காகம் தென்பட்டது.

அது காகம் தானா அல்லது கிழிந்தத் துணியா என்று சரிவரத் தெரியவில்லை.

கிதார் இசைக்கும் துறவி ф 73

தான் எதற்காகப் பெயர் தெரியாத ரயில் நிலையத்தில் காத்திருக்கிறோம் என்றும் அவனுக்குப் புரியவில்லை.

எந்தப் பக்கம் போக விரும்புகிறான் அல்லது யாரைக் காண காத்திருக்கிறான் என்று அவனுக்குத் தெரியவில்லை.

தொலைவில் எழும் ஓசைக் கேட்டு ஏதோ ரயில் வருகிறது என்று நினைத்து வடக்கே திரும்பிப் பார்த்தான்.

ரயில் எதுவும் வரவில்லை, மீண்டும் அந்த ஓசையைக் கேட்கவும் முடியவில்லை.

மழை வருவதற்கான அறிகுறி ஏதுமின்றி திடீரென அங்கே மழை பெய்யத் துவங்கியது. ஒதுங்குவதற்காக ஸ்டேஷன் அறையை நோக்கி ஓடும் போது மழை தன் மீது பெய்தாலும் அது தன்னை நனைக்கவில்லை என்பதை உணர்ந்தான். அவனை மட்டுமில்லை. பிளாட்பாரத்தில் மழை பெய்தும் ஒரு துளி ஈரமில்லை. ஆனால் மழைக்காற்றில் பசு வானில் பறந்துப் போய் கொண்டிருப்பதைக் கண்டான். என்ன விநோதம் என நினைத்து திடுக்கிடும் போது அவன் விழித்துக் கொண்டான். அது ஒரு கனவு என்று அவனால் நம்ப முடியவில்லை.

அன்று நாள் முழுவதும் நீலாம்பூர் என்று மனதிற்குள் சொல்லிக் கொண்டேயிருந்தான். ஏனோ நீலாம்பூருக்கு ஒருமுறை போய்வர வேண்டும் என்றும் விரும்பினான்.

இன்று கடை உரிமையாளர் நீலாம்பூர் போய் வர சொன்னதும் அவன் தனது கனவுக்குள் திரும்பிச் செல்வதை போலவே உணர்ந்தான்.

ஆயிரத்து முந்நூறு ரூபாய் பணமும், வசூல் செய்ய வேண்டிய பில் விபரங்களும் பழைய ரசிது புக் ஒன்றையும் மேலாளர் அவனிடம் கொடுத்து இரண்டு நாளுக்குள் திரும்பி விட வேண்டும் என்றார்.

முழுமையாகக் கடனை வசூல் செய்துவிட்டு திரும்பி வருவேன் என்று வாக்குறுதி அளித்துவிட்டு உற்சாகமாகப் பயணம் கிளம்பத் தனது அறைக்குத் திரும்பினான்.

தேவையான உடைகள், படிப்பதற்கான புத்தகம், சிறிய சோப்புக்கட்டி, பற்பசை, டூத்பிரஷ் எனத் தேவையானதை எடுத்து ஒரு பையில் வைத்துக் கொண்டான்.

அவன் அறிந்தவரை நீலாம்பூர் மேற்கில் சில மணி நேர பயண தூரத்தில் இருந்தது.

..

அந்த நகரில் இரண்டு பேருந்து நிலையங்கள் இருந்தன. ஒன்று வெளியூர் பேருந்துகள் செல்வது, மற்றொன்று நகரப்பேருந்துகளுக்கானது. அவன் வெளியூர் பேருந்துகள் கிளம்பும் நிலையத்திற்குச் சென்றான்.

துர்வாடையுடன் அழுக்கும் குப்பையுமாக அந்தப் பேருந்து நிலையம் திறந்தவெளி குப்பைமேடு போலக் காட்சியளித்தது. மின்விளக்குகளில் பல எரியவில்லை. இந்த இருட்டிற்குள் மக்கள் பேருந்தைத் தேடிப் போவதும் வருவதுமாக இருந்தார்கள்.

கைக் குழந்தையுடன் ஒரு பெண் தான் செல்ல வேண்டிய பேருந்து ஒன்றைத் தேடிக் கொண்டிருந்தாள்.

பிளாஸ்டிக் பழங்கள் போல உறைந்து போய்க் காட்சி தந்த பழக்கடையைத் தாண்டி மரப்பெட்டிகள், சாக்கு மூட்டைகளையும் கடந்து முக்காலி ஒன்றில் உட்கார்ந்திருந்த மனிதரிடம் நீலாம்பூர் பேருந்து எப்போது புறப்படும் என்று கேட்டான்.

அந்த நபர் "எந்த நீலாம்பூர்?" என்று கேட்டார்.

குழப்பத்துடன் அவன் "எத்தனை நீலாம்பூர் இருக்கிறது?" என்றுத் திருப்பிக் கேட்டான்.

மூன்று நீலாம்பூர் இருக்கிறது, எதற்கும் இரவில் பேருந்து கிடையாது. நீ எந்த நீலாம்பூருக்குப் போக வேண்டும் என்று கேட்டார்.

அவனுக்கு பதில் சொல்லத் தெரியவில்லை.

"ஜெகநாதராவ் உள்ள நீலாம்பூர்" என்று சொன்னான்.

அந்த நபர் அவனை முறைத்தபடியே, "தெற்கு நீலாம்பூரா?" என்று கேட்டார்.

"இருக்கலாம்" என்று சொன்னான்.

"காலையில் தான் பஸ் புறப்படும்" என்று சொல்லிவிட்டு தன் சட்டைப்பையில் வைத்திருந்த ரசீது ஒன்றை எடுத்துப் பார்க்கத் துவங்கினார்.

கிதார் இசைக்கும் துறவி ϕ 75

அவர் சொல்லது உண்மையா?

தான் காலை வரை பேருந்து நிலையத்தில் காத்திருக்க வேண்டுமா? அல்லது அறைக்குச் சென்று திரும்பிவரலாமா? என்று குழப்பமாக இருந்தது.

வேறு எவரிடமாவது விசாரிக்கலாம் என்று பேருந்து நிலையத்தின் உட்புறமாக அலைந்தான்.

பிறரிடம் விசாரிப்பதற்கு முன்பு தான் எந்த நீலாம்பூருக்குப் போக விரும்புகிறோம் என்பதைத் தெரிந்துக் கொள்வதற்காக பழைய ரசீது புக்கை வெளியே எடுத்துப் புரட்டிப் பார்த்தான்.

அதில் "நீலாம்பூர், நெடுங்கோட்டை ஜில்லா" என எழுதப்பட்டிருத்தது. மேற்கே செல்லும் பேருந்துகள் நிற்கும் வரிசையில் நின்றுக் கொண்டிருந்த ஒருவரிடம் சென்று நீலாம்பூர் போக வேண்டும் என்றான்.

அதற்கு அந்த ஆள் "நேரடியாக பஸ் கிடையாது. நெடுங்கோட்டையில் இறங்கிப், பேருந்து மாறினால் நீலாம்பூர் போகலாம்" என்று சொன்னார்.

"இந்தப் பேருந்து நெடுங்கோட்டை போகிறதா?" என்று அவன் கேட்டதற்கு மூன்றாவது பேருந்தைச் சுட்டிக்காட்டினான்.

அதில் ஏறி அமர்ந்துக் கொண்டு கண்களை மூடும்போது அவன் கனவில் பார்த்த ரயில்நிலையம் நினைவில் வந்து போனது.

இரவு முழுவதும் பயணம் செய்து நெடுங்கோட்டைக்குப் போய் இறங்கி அங்கிருந்து நீலாம்பூர் செல்லும் பேருந்தை பிடித்தபோது, காலை மணி ஐந்தரையாகி இருந்தது.

நீலாம்பூர் செல்லும் பேருத்தில் கூட்டமில்லை. பச்சை சால்வை ஒன்றைத் தலையோடு போர்த்திய ஒரு கிழவர் அவனது முன்னிருக்கையில் இருந்தார். பேருந்து புறப்பட்டதும் அவன் திரும்பவும் கண்ணயர்ந்தான்.

மழை தான் அவனை விழிக்கச் செய்தது. நீலாம்பூருக்குச் செல்லும் வழிமுழுவதும் அடர்த்தியான மழை. பேருத்துக்குள் கூட மழை நீர் சொட்டியது. காற்றோடு இவ்வளவு

வேகமாக பெய்யும் மழையை அவன் கண்டதில்லை. பாதை தெரியாதபடி பெய்த மழையின் ஊடாகப் பேருந்து மெல்ல ஊர்ந்து சென்றது. எந்தத் திசையில் பேருந்து செல்கிறது என்றுத் தெரியவில்லை. காற்றும் மழையும் ஒன்றுச் சேர்ந்து பேருந்தை புரட்டித்தள்ளிவிடுமோ எனும் அளவு வேகமிருந்தது.

இந்தப் பேருந்தில் இருந்தவர்கள் இப்படி மழைபெய்வது இயல்பு தான் என்பது போல் அமைதியாக இருந்தார்கள்.

அவன் நீலாம்பூரில் போய் இறங்கிய போது மழை ஓய்ந்திருந்தது. லேசான சாரல் மட்டுமே விட்டு விட்டு அடித்துக் கொண்டிருந்தது.

பள்ளத்திற்குள் இருந்தப் பேருந்து நிலையமது வெளியே தேநீர் கடைகள் எதுவும் காண முடியவில்லை.

அவன் தகரக் கொட்டகை ஒன்றின் அடியில் நின்றபடியே சாலையில் வடிந்துச் செல்லும் மழைநீரை பார்த்துக் கொண்டிருந்தான். தெருவிளக்கின் வெளிச்சத்தையும் கரைத்தோடிக் கொண்டிருந்தது மழைநீர்.

தொலைவில் குடையோடு ஒருவர் வருவதைக் கண்டான்.

அந்த நபர் அவனை நோக்கி வருவதைப் போலவே தோன்றியது. அருகில் வந்து குடையைச் சற்றே சாய்த்து "ஜெகநாதராவ் வீட்டிற்குத்தானே?" என்று கேட்டார். "ஆமாம்" என்று தலையாட்டினான்.

"போகலாம்" என்று சொன்னபடி குடைக்குள் அவனையும் சேர்த்துக் கொண்டார்.

வடக்கு நோக்கி நீண்டுக் கொண்டிருந்த சாலை வழியாக அவர்கள் நடந்தார்கள். அங்கிருந்து இடப்பக்கம் நீளும் தெரு ஒன்றின் வழியாக நடந்து சென்றபோது மழை வேகமெடுத்தது.

"இந்த ஊரில் ரயில்வே ஸ்டேஷன் இருக்கிறதா?" என்று அவன் கேட்டான்.

குடை வைத்திருந்தவர் "இல்லை" என்றார்.

பின் எப்படி தன் கனவில் ரயில்நிலையம் வந்தது என்று அவனுக்குப் புரியவில்லை. அவர்கள் மழை நீர்

தேங்கியிருந்த ஒரு மைதானத்தின் வழியாக நடந்து கோயில் கதவு போன்ற பெரிய கதவின் முன் போய் நின்றார்கள்.

குடைவைத்திருந்த நபர் "யோசே" என்று உறக்க சப்தமிட்டார்.

கதவின் பின்பக்கம் யாரோ ஒரு பெண் நடந்துவந்து பெரிய கதவின் சிறு வழியைத் திறந்துவிட்டாள். அவர்கள் உள்ளே சென்றபோது அரண்மனை போலப் பெரியதான வீடு கண்ணில் பட்டது.

"இதுதான் ஜெகநாதராவ் வீடா?" என்று கேட்டான்.

"அவர் பெயரை நாங்கள் சொல்வதில்லை..." என்று குடை வைத்தவர் பதில் சொன்னர்.

உண்மையில் அது சிறிய அரண்மனையே தான் அதனால் தான் இத்தனை அலங்கார விளக்குகள், நிலைக் கண்ணாடிகள் அவர்களிடம் வாங்கியிருக்கிறார்கள்.

அவன் மாளிகையினுள் நுழைந்தபோது அபூர்வமான நறுமணம் கசிந்துவருவதை உணர்ந்தான். ஏதேனும் பூஜை நடக்கிறதோ என்னவோ என நினைத்தபடி தர்பார் ஹால் போல் இருந்த அறைக்குள் சென்றான். சுவரில் ஆள் உயர ஓவியங்கள், பூ வேலைப்பாடு கொண்ட பெரிய இருக்கைகள், நடுவில் ஒரு சிம்மாசனம் காணப்பட்டது.

பட்டுத்துணியில் பூ வேலைப்பாடு செய்த நாற்காலி ஒன்றில் அவனை உட்காரச் சொல்லிவிட்டு குடை வைத்திருப்பவர் உள்ளே சென்றார்.

நீண்ட காத்திருப்பின் பிறகு விளக்கின் சுடர் அசைந்து வருவது போல அழகு மின்னும் இளம் பெண் ஒருத்தி அவனருகே வந்து "ஜெகநாதராவை பார்க்கத்தானே வந்திருக்கிறீர்கள்" என்று கேட்டாள்.

"ஆமாம்" என்றதும் அவனது கையைப் பற்றி மணமகனை மேடைக்கு அழைத்துச் செல்லும் பெண் போல எழிலாகக் கூட்டிச் சென்றாள்.

அந்த மாளிகை சுற்றுச்சூழல் பாதைகள் கொண்டதாக இருந்தது. ஒரு அறையைப் போலவே இன்னொரு அறையும் இருந்தன. அகலமான மரப்படிகளில் மேலும் கீழுமாக

இறங்கி, பெரிய ஜன்னல்கள் கொண்ட ஒரு அறையில் அவன் உட்கார வைக்கப்பட்டான்.

அவள் மாறாச் சிரிப்புடன் "ஜெகநாதராவ் வருவார் காத்திருங்கள்;" என்றாள். அந்தப் பெண்ணின் சிரிப்பிற்காக எவ்வளவு நேரம் வேண்டும் என்றாலும் காத்திருக்கலாம் எனத் தோன்றியது.

அவன் ஜெகநாதராவிற்காகக் காத்திருக்கத் தொடங்கினான்.

பகல் முடிந்து இரவாகியது. ஜெகநாதராவ் வரவில்லை.

இரவெல்லாம் காத்திருந்தான். அடுத்த பகல், அடுத்த இரவு, மீண்டும் பகல் இரவு எனத் தொடர்ச்சியாக நாட்கள் கடந்தன.

பருவகாலம் மாறியது. வருஷங்களும் ஓடி மறைந்தன. அந்த அறையில் ஜெகநாதராவிற்காக அவன் காத்துக்கொண்டே இருந்தான். அவர் இன்னும் வரவில்லை.

அவனுக்குத் தெரியாது அவனைப் போல ஜெகநாதராவைக் காண வந்த சிலர் அதே மாளிகையில் வேறு வேறு அறைகளில் பல ஆண்டுகளாக உறைந்து போய்க் காத்திருக்கிறார்கள் என்பது.

ஜெகநாதராவைத் தேடி வருபவர்கள் ஏன் அங்கே உறைந்துப் போகிறார்கள் என்பதைப் பற்றி நீங்கள் தெரிந்து கொள்ள வேண்டுமென்றால் உங்கள் கனவில் நீலாம்பூர் ரயில் நிலையம் வந்திருக்க வேண்டும்.

மழையோடு நீங்கள் அங்கே சென்றிருக்க வேண்டும்.

இதைத் தவிர வேறு வழியில்லை.

தலைகள் இரண்டு

குளோபல் செக்யூரிட்டி சிஸ்டம் நிறுவனத்தில் மனோகர் வேலை செய்துக் கொண்டிருந்தான். கண்காணிப்புக் கேமிரா பொருத்துவது தான் அவனது பணி.

இரண்டு ஆண்டுகளுக்கு முன்பாக குளோபல் செக்யூரிட்டி சிஸ்டத்தில் வேலை கிடைத்தது. மூன்று மாத பயிற்சி கொடுத்தார்கள். அதன் பிறகு நேரடியாக கண்காணிப்புக் கேமிரா பொருத்தும் பணியில் ஈடுபடத் துவங்கிவிட்டான்.

அவனது நிறுவனம் நிறைய வாடிக்கையாளர்களைப் பெற்றிருந்தது. அவர்கள் கண்காணிப்பு கேமிராவை பொருத்தி தருவதுடன் அதன் பராமரிப்புப் பணியினையும் ஏற்றுக் கொள்கிறார்கள் என்பதால் பள்ளி, கல்லூரிகள் கூட கூட அவர்களின் வாடிக்கையாளர்களாக இருந்தார்கள்.

அப்படி ஒரு கண்காணிப்புக் கேமிரா பொருத்தும் பணியை முன்னெடுப்பதற்காகத் தான் மருத்துவக் கல்லூரி வளாகத்திற்கு வந்திருந்தான். அந்த மருத்துவக் கல்லூரியின் குறிப்பிட்ட சில பகுதிகள் மட்டுமே முன்பு கண்காணிப்புக் கேமிராக்கள் பொருந்தப்பட்டிருந்தன. ஆனால் அவை முறையாகப் பராமரிக்கப்படாத காரணத்தால் செயலற்றுப் போயிருந்தன. தற்போது மொத்த வளாகத்தையும் கேமிரா பொருந்த அவர்களை நியமித்திருந்தார்கள்.

மனோகர் மற்றும் மூன்று ஊழியர்கள் மருத்துவமனை வளாகத்திற்குள் செயல்பட்டு வந்த மியூசியத்தில் கேமிரா பொருத்தும் வேலையை முன்னெடுத்தார்கள். அப்போது தான் அங்கே ஒரு மியூசியம் செயல்பட்டு வருவதைக் கண்டான்.

மருத்துவக் கல்லூரிக்குள் அப்படி ஒரு மியூசியம் இருப்பது ஆச்சரியமாக இருந்தது. இதுவரை அவன் கேள்விபட்டது கூடக் கிடையாது.

பாடம் செய்யப்பட்ட சிசுக்கள், உடல் உறுப்புகள், எலும்புகள் என விநோதமான பொருட்கள் அந்த மியூசியத்தில் காணப்பட்டன. அலெக்சாண்டர் கிரஹாம் என்ற வெள்ளைக்கார மருத்துவர் இதைத் துவங்கியிருக்கிறார்.

கண்ணாடி பாட்டில்களுக்குள் காணப்படும் அந்த விசித்திர உருக்களை காணும் போது அச்சமாகவே இருந்தது. பெரிய கண்ணாடி பெட்டகத்திற்குள் விதவிதமான மருத்துவக் கருவிகளை வைத்திருந்தார்கள்.

அசாதாரண வளர்ச்சிக் கொண்ட கருப்பைகள், ஃபலோபியன் குழாய்கள், சிதைந்து பிறந்த கருக்கள், உடற்குறைபாடு கொண்ட சிசுக்களின் இறந்த உடல்கள் கண்ணாடி பெட்டிகளில் பார்மால்டிஹைடில் பாதுகாக்கப்பட்டிருந்தன. சில பொருட்களின் அடியில் எங்கே சேகரிக்கப்பட்டது என்ற தகவல் டைப் செய்து ஒட்டப்பட்டிருந்தது.

இந்த மியூசியத்தில் எங்கெங்கே கேமிரா பொருத்தப்பட வேண்டும் என்பதை மனோகர் தான் முடிவு செய்தான். இவற்றை யார் திருடப்போகிறார்கள். அன்றாடம் மியூசியத்தைக் காண வரும் மருத்துவ மாணவர்கள் எண்ணிக்கையே மிகக் குறைவு தானே.

பெரிய ஹாலில் மட்டுமில்லாது நான்கு அறைகளிலும் இறந்த சிசுக்களின் மாதிரிகள் வைக்கப்பட்டிருந்தன. அந்த அறைகளில் பகலிலும் டியூப் லைட் இல்லாமல் எதையும் காண முடியாது. நேரடி வெளிச்சம் மிகக் குறைவு என்பதால் கேமிரா பொருத்துவது சவாலான வேலையாக இருந்தது.

உள் அறையின் ஜன்னலை ஒட்டி இருந்த கண்ணாடி குடுவை ஒன்றில் இரண்டு தலை கொண்ட சிசுவின் உடல் மிதந்துக் கொண்டிருந்தது.

இரட்டைத் தலைகளைக் காணும் போது இரண்டு மலர்கள் ஒரே காம்பில் மலர்ந்திருப்பது போலவே தோன்றியது. மூடிய கண்கள் கொண்ட அந்தச் சிசுவை நெருங்கிப் பார்த்துக் கொண்டிருந்தான் மனோகர்.

கிதார் இசைக்கும் துறவி ф 81

அந்தக் குடுவையின் அடியில் சிசுவின் தாய் பெயர் இந்திராணி சுப்ரமணியம். இடம் காஞ்சிபுரம், வருஷம் – 1994 என்று குறிப்பிடப்பட்டிருந்தது. மனோகர் அந்தப் பெயரை வாசித்த போது அது தனது அம்மாவின் பெயர் போலிருப்பதாக நினைத்தான். அம்மாவின பெயர் எப்படி இதில் இடம்பெற்றுள்ளது எனப் புரியவில்லை.

யாரிடம் இதைப்பற்றிக் கேட்பது எனத் தெரியவில்லை.

அந்த மியூசியத்தில் மூன்று பேர் வேலை செய்தார்கள். ஒருவர் முக்காலி போட்டு ஹாலின் ஓரமாக அமர்ந்து காவல்பணியைச் செய்து வந்தார். இன்னொரு பெண் ரிக்கார்டுகளைப் பராமரிப்பதும், தினசரி பதிவேட்டினை நிர்வகிப்பதுமாக இருந்தார். மூன்றாவது நபர் அந்த மருத்துவ மியூசியத்தின் பொறுப்பாளர். அவருக்கெனத் தனியறை இருந்தது. எப்போதாவது தான் அவர் வருவார் என்றார்கள்.

பதிவேட்டினை நிர்வகிக்கும் ஐம்பது வயதைத் தாண்டிய பெண்ணிடம் சென்று விபரம் கேட்டான் மனோகர்.

“கேமிரா பிக்ஸ் பண்ணத் தானே வந்தீங்க. நீங்க எதுக்கு இதெல்லாம் கேட்குறீங்க” என்று சந்தேகத்துடன் கேட்டாள் அந்தப் பெண்.

“அதுல உள்ள பேரு எங்கம்மா பேரு மாதிரி இருந்துச்சு. அதான்...” என்றான் மனோகர்.

“இரட்டை தலைப்பையனா?” என்று அந்தப் பெண் கேட்டார்.

“ஆமாம். ஜன்னலை ஒட்டி இருக்குது பாருங்க” என்றான் மனோகர்.

“அதுல என்ன நம்பர் போட்டு இருக்கு பாத்து சொல்லுங்க” என்றார் அந்தப் பெண்.

மனோகர் உள் அறைக்குச் சென்று அந்தக் கண்ணாடி பாட்டிலின் அடியில் எழுதப்பட்டிருந்த எண்ணை தனது செல்ஃபோனில் போட்டோ எடுத்துக் கொண்டு வந்து காட்டினான்.

அவள் தனது இருக்கையிலிருந்து எழுந்து நடந்தாள். பெரிய உடம்பு என்பதால் மூச்சுவாங்கியது. நிர்வாகியின்

அறையினுள் பழைய மர டிராயரை இழுத்து அவள் எதையோ தேடுவது தெரிந்தது.

வெளியே வந்த அவள் பழுப்பு நிறமான காகிதம் ஒன்றை அவனிடம் காட்டினாள்.

"1994 ஏப்ரல் 6ஆம் தேதி குழந்தை காஞ்சிபுரம் ஜி.எச்.ல பிறந்திருக்கு. தாயார் பேரு இந்திராணி. அப்பா பேரு சுப்ரமணியம். சொந்த ஊர் தாமல்" எனத் தொடர்பு முகவரி உள்ளிட்ட விபரங்களைச் சொன்னாள் அந்தப் பெண்.

மனோகரால் நம்பமுடியவில்லை. அது அவனது அம்மாவே தான். இப்படி ஒரு இரட்டை தலைப் பையன் தனக்கு முன்னால் பிறந்த விஷயத்தைப் பற்றி அம்மா சொன்னதேயில்லையே!

எப்போதோ ஒருமுறை தனக்கு முன்பாக பையன் பிறந்து இறந்து போனதாகச் சொல்லியிருக்கிறாளே தவிர அவன் இப்படி ஒரு விநோத பையன் என்று சொன்னதில்லையே.

அப்படியானால் இந்தக் கண்ணாடிக் குடுவையில் பாடம் செய்யப்பட்டிருப்பவன் அவனது அண்ணன். அதுவும் இரட்டைத் தலைக் கொண்டவன். தான் ஒரு இரட்டைத் தலை கொண்டவனின் தம்பி என்ற எண்ணம் மனதில் தோன்றியதும் தானே விநோதமாகிவிட்டதாக மனோகர் உணர்ந்தான்.

மறுபடியும் அந்த சிசுவை பார்க்க விரும்பியவனாக உள் அறைக்குள் சென்றான்.

நெருக்கமாக காணும் போது அந்த முகத்தில் அம்மாவின் சாயல் இருப்பதைக் கண்டான். நிச்சயம் அவனது அண்ணனே தான்.

பிறந்த சில மணி நேரங்களிலே இறந்து போயிருக்கிறான். இறந்த சிசுவை மருத்துவ நிர்வாகம் பெற்றுக் கொண்டு பாடம் செய்து வைத்திருக்கிறார்கள்.

அம்மா ஏன் இதை மறைத்தாள்.

இன்று ஒருவேளை இந்தப் பையன் உயிரோடு இருந்திருந்தால் எப்படியிருந்திருக்கும். இரண்டு தலை பையன் என்பதால் நிறைய அவமானங்களை சந்தித்திருப்பான் என்று தோன்றியது.

கிதார் இசைக்கும் துறவி ♦ 83

தனது செல்ஃபோனில் இரட்டை தலை சிசுவை புகைப்படம் எடுத்துக் கொண்டான்.

தான் இதுவரை அறியாத அண்ணன் இங்கே காட்சிப்பொருளாக இருக்கிறான். அவனைப் பாதுகாக்க தான் கேமிரா பொருத்திக் கொண்டிருக்கிறேன் என்பது அபத்தமாக இருந்தது.

தன்னோடு வேலை செய்யும் ரூபனை அழைத்து வந்து அந்தச் சிசுவைக் காட்டி மனோகர் சொன்னான்,

“இது எங்க அண்ணன்.”

“எப்படிடா ரெண்டு தல இருக்கு” என்று கேட்டான் ரூபன்.

“அதான் தெரியலை”

“நல்லவேளை மூணு தலை இல்லே. இருந்தா நீ பிரம்மாவோட தம்பி ஆகியிருப்பே” என்று கேலி செய்தான் ரூபன்.

இத்தனை நாட்களாக எளிய மனுஷியாகத் தெரிந்த அம்மா இப்படி இரட்டை தலைக் கொண்ட குழந்தையைப் பெற்றவள் என்பது புதிராகயிருந்தது.

அன்றிரவு பெரம்பூரில் உள்ள தனது வீட்டிற்குத் திரும்பியதும் அம்மாவிடம் கேட்டான் மனோகர்.

“எனக்கு முன்னாடி ஒரு பையன் பிறந்தானே அவனுக்கு ரெட்டைத் தலையா?”

அந்தக் கேள்வியை அம்மா எதிர்பார்க்கவில்லை.

“ஆமா. அதுக்கென்ன. அவன் பிறந்தவுடனே செத்துப் போயிட்டானே” என்றாள்.

“அந்தப் பையனை இன்னைக்கு நான் பார்த்தேன்” என்றான் மனோகர்,

“என்னடா சொல்றே?” எனப் புரியாதவளாகக் கேட்டாள் அம்மா.

“மெடிகல் காலேஜ் மியூசியத்தில அதைப் பாடம் பண்ணி வச்சிருக்காங்க நான் பார்த்தேன்” என்றான் மனோகர்.

"நீ அங்கே எதுக்குப் போனே?"

"அங்க எங்க கம்பெனி கேமிரா ஃபிக்ஸ் பண்ணுறாங்க. நான் அண்ணனை ஃபோட்டோ எடுத்துட்டு வந்திருக்கேன். நீ பாக்குறியா?"

"எனக்கு வேணாம்பா. அதெல்லாம் எப்பவோ முடிஞ்ச கதை செத்துப் போனவங்களைப் பற்றிப் பேசி என்னடா ஆகப்போகுது. அதெல்லாம் எனக்கு மறந்தே போச்சு."

"அது எப்படிம்மா மறக்க முடியும். ரெட்டைத் தலையோட பிள்ளை பிறக்கிறது சாதாரண விஷயமில்லை."

"பிள்ளைக்கு எத்தனை தலை இருக்கு, எத்தனை கை கால் இருக்குனு யாரு கவலைப்படப்போறா. அது பிறந்து ஒரு நாள் கூட வாழலையே. அது தான் மனசுக்கு கஷ்டமா இருந்துச்சு."

"இத்தனை வருஷம் ஏன்மா இதை என்கிட்ட சொல்லவேயில்லை."

"இதுல சொல்றதுக்கு என்னடா இருக்கு. நல்லவேளை உனக்காவது ஒத்தை தலை இருந்துச்சே. அதை நினைச்சு சந்தோஷப்பட்டுகிட்டோம்."

அம்மாவின் பேச்சை அவனால் புரிந்துக் கொள்ள முடியவில்லை. அவனது அப்பா ஆறு வருஷங்களுக்கு முன்பு இறந்துவிட்டார். ஒருவேளை அவர் இருந்திருந்தால் நிச்சயம் இந்தப் புகைப்படத்தைப் பார்க்க ஆசைப்பட்டிருப்பார். அம்மா அதைப் பெரிதாக நினைக்கவேயில்லை.

ஆனால் இதன் பிந்தைய நாட்களில் மனோகர் அடிக்கடி மியூசியத்திற்குப் போய் வரத்துவங்கினான். அண்ணன் முன்பாக நிற்கும் நிமிஷங்களில் ஏதோவொரு நெருக்கம் உருவாவதாக நினைத்தான்.

ஒரு நாள் அவன் மருத்துவக்கல்லூரி மியூசியத்திற்குள் நுழையும் போது அவனது அம்மா வெளியேறிப் போவதைக் கண்டான். அம்மாவே தான். இத்தனை நாட்களாகப் பார்க்க மாட்டேன் என்றவள் இன்று எதற்காகத் தேடி வந்திருக்கிறாள் என்று யோசித்தான்.

பதிவேடுகளைப் பராமரிக்கும் பெண் சொன்னாள்,

"அந்தம்மா ரொம்ப நேரம் இரட்டைத் தலை பையனை பாத்துகிட்டே இருந்தாங்க. அந்தப் பையன்கிட்டே ஏதோ சொன்னது மாதிரி கேட்டுச்சு. என்ன சொன்னாங்கன்னு தெரியலை."

அம்மா என்ன சொல்லியிருப்பாள்? எதற்காகத் தேடி வந்தாள் என்று புரியவில்லை. உடனே வீடு திரும்பி இதைப்பற்றி விசாரிக்க வேண்டும் போலிருந்தது. ஆனால் அவனது அலுவலகத்தில் புதிய பணி ஒன்றின் திட்டமிடலுக்கான கூட்டம் முடிய இரவு ஒன்பதாகியது.

பசியோடு வீடு திரும்பிய மனோகர் அம்மாவிடம் கேட்டான். "நீ எதுக்கு அந்த மியூசியத்துக்குப் போயிருந்தே?"

"என்னமோ பாக்கணும்னு தோணுச்சி. அதான் பார்த்துட்டு வந்தேன். அவன் பிறந்த அன்னைக்கே செத்துட்டான். பேரு கூட வைக்கலை. அதான் இன்னைக்குப் போய் பேர் வச்சிட்டு வந்தேன். இரண்டு தலை இருக்குல்லே. அப்போ அவன் இரண்டு ஆள் தானே. அதான் ஒருத்தன் பேர் சுந்தர், இன்னொருத்தன் பேர் சந்துருனு வச்சிட்டு வந்தேன். நம்ம புள்ளைக்கு நாம தானே பேர் வைக்கணும்."

"சுந்தர், சந்துரு" என்ற பெயர்கள் வைக்கபட்டவுடன் அந்த இரட்டைத்தலைப் பையன் தனது அண்ணனாக முழுமை பெற்றுவிட்டதாகத் தோன்றியது.

மனோகர் தானும் ஒருமுறை அந்தப் பெயர்களை மனதிற்குள் சொல்லிப் பார்த்துக் கொண்டான்.

"ஒரு ஃபோட்டோ எடுத்து நம்ம வீட்ல மாட்டி வைப்போம்மா" என்று கேட்டான் மனோகர்.

"அதெல்லாம் ஒண்ணும் வேணாம். அதைப் பார்த்தா மனசை உறுத்திக்கிட்டே இருக்கும். நடந்ததை நினைச்சிக்கிட்டே இருந்தா பிழைப்பப் பார்க்க முடியாதுடா. நீயும்.. இனிமே அங்கே போகாதே" என்றாள்.

அம்மா சொன்னது சரிதான் எனத் தோன்றியது.

ஆனால் தான் இரட்டைத்தலை கொண்டவனின் தம்பி என்பதை எப்படி மறப்பது என்று தான் அவனுக்குப் புரியவில்லை.

✦✦✦

அப்பாவின் பெயர்

பேராசிரியர் அருண் சர்மா தொலைபேசியில் அவளை அழைத்தபோது இரவு ஒன்பது மணியிருக்கும். அவரது குரலில் அவசரம் தெரிந்தது.

"சகுந்தலா... உங்கப்பா வீட்டுக்கு வந்துட்டாரா?"

"இல்லை. ஏதோ மீட்டிங் இருக்குனு வெளியே போயிருக்கார். இன்னும் வரல."

"அவர் ஐசிஎல் அவார்ட் செலக்சனுக்குப் போயிருக்கார். அதுல உன் பேரு இருக்கு. அவர் இதைப் பற்றி ஒண்ணும் சொல்லலையா?"

"இல்லையே..."

"மூணு நடுவர்ல உங்கப்பாவும் ஒருத்தர். நிச்சயம் உனக்கு அவார்ட் கிடைக்கும்னு நினைக்குறேன்."

"லிஸ்ட்ல என் பேரு இருக்குறது கூட எனக்குத் தெரியாது."

"பைனல் லிஸ்ட் உங்கப்பாவுக்கு ஒரு வாரம் முன்னாடியே வந்துருக்குமே. அவர் ஏன் உன்கிட்ட சொல்லலை."

"அதான் புரியலை..."

"நீ அவருக்கு ஃபோன் பண்ணி கேட்டுப்பாரு. நல்ல சான்ஸ் இது."

அவளுக்கு ஐசிஎல் விருது பற்றி நன்றாகவே தெரியும். அவளது துறையில் வழங்கப்படும் மிக உயரிய விருது. மொழியியல் அறிஞரான அவளது அப்பா அந்த விருதை முப்பது ஆண்டுகளுக்கு முன்பே வாங்கியிருக்கிறார்.

அப்பா தன்னை விருதுக்குத் தேர்வு செய்திருப்பாரா என்று சகுந்தலாவிற்குத் தெரியவில்லை. இதை எப்படி அவரிடம் கேட்பது என்றும் புரியவில்லை.

மொழியியலில் அவளுக்கு ஆர்வம் உண்டானதற்கு அப்பா தான் காரணம். ஆனால் அவரது புகழே அவளது வளர்ச்சிக்கு பெரிய தடையாக இருந்தது. இதற்காகவே அவள் மைசூர் சென்று ஆய்வு செய்து டாக்டர் பட்டம் வாங்கினாள். சென்னையில் வேலைக்குச் சேரக்கூடாது என்பதாலே பெங்களூரில் வேலைக்குச் சேர்ந்தாள்.

அவளது கட்டுரைகள் நிறைய ஆய்விதழ்களில் வந்திருக்கின்றன. அவற்றைப் பற்றி அப்பா ஒருபோதும் பாராட்டி பேசியதில்லை. அவள் விக்டர் பானர்ஜியோடு இணைந்து நான்கு புத்தகங்கள் எழுதியிருக்கிறாள். அதில் ஒன்று கல்லூரி அளவில் பாடமாக வைக்கப்பட்டிருக்கிறது. அதைப் பற்றி நல்லவிதமாக ஒரு வார்த்தை கூட அப்பா சொன்னதில்லை.

ஒரு முறை பத்திரிக்கையாளர் இதைப் பற்றி அப்பாவிடம் கேட்டதற்கு "மீடியாக்கர் ரைட்டிங்" என்று பதில் அளித்திருக்கிறார்.

அம்மா இருக்கும் வரை அப்பா சென்னையில் தான் இருந்தார். அம்மாவின் மறைவிற்குப் பிறகு அவரது உடல்நலம் நலிவடையவே சகுந்தலா அவரைத் தங்களுடன் பெங்களூரில் வந்து வசிக்கும்படி கேட்டுக் கொண்டாள்.

அப்பா அதற்கு ஒத்துக் கொள்ளவில்லை. சென்னையிலுள்ள வீட்டை வாடகைக்கு விடுவதில் இஷ்டமில்லை என்றார்.

அவர்களுடையது போன்ற பெரிய வீடுகள் இப்போது குறைந்துவிட்டன. பங்களா போன்ற அதை விற்றால் அந்த இடத்தில் இரண்டு அடுக்குமாடி குடியிருப்புகள் கட்டிவிடுவார்கள். அவர்களுக்குச் சொந்தமாக இரண்டு வீடுகள் கிடைப்பதுடன் மிகப்பெரிய தொகையும் கிடைக்கும். ஒருமுறை சகுந்தலா இதைப்பற்றி அப்பாவிடம் பேசியபோது அவர் மறுத்துவிட்டதோடு தன் காலத்திற்குப் பிறகு அந்த வீட்டினை ஆய்வு மையமாக மாற்றப்போவதாகச் சொன்னார்.

“அது சரியா வராதுப்பா...” என்றாள்.

“என் வீட்டை என்ன செய்யணும்னு நான் முடிவு பண்ணிக்கிறேன்” என்று உறுதியான குரலில் சொன்னார் அப்பா.

அப்பாவோடு சண்டைபோட விருப்பம் இல்லாத காரணத்தால் அந்தப் பேச்சை அப்படியே விட்டுவிட்டாள்.

ஆனால் அம்மா இறந்த பிறகு தனி ஆளாக அவ்வளவு பெரிய வீட்டில் அவரால் குடியிருக்க முடியவில்லை. முடிவில் ஒரு தொண்டு நிறுவனம் ஒன்றின் அலுவலகம் செயல்படுவதற்காக வீட்டைக் கொடுத்துவிட்டு பெங்களூர் வந்து சேர்ந்தார்.

அவர்கள் வீட்டின் மாடி அறையை அப்பா எடுத்துக் கொண்டார். அது விஷ்வாவின் அறை. அவன் அமெரிக்கப் பல்கலைக்கழகத்திற்குப் படிக்கப் போன பிறகு காலியாகவே இருந்தது.

பகல் முழுவதும் அப்பா ஏதாவது படித்துக் கொண்டேயிருப்பார். சில நேரம் புத்தகக் கடைக்குப் போவதற்காக வெளியே கிளம்பிப் போவார். அப்போதும் அவர்கள் காரை பயன்படுத்துவதில்லை. வாடகை டாக்சியில் தான் போய் வருவார்.

சகுந்தலாவின் கணவர் மின்னணு நிறுவனம் ஒன்றில் உயரதிகாரியாக இருந்தார். அவர்கள் வீட்டில் சமைப்பதற்கு ஒரு பஞ்சாபி இருந்தார். டிரைவர், பணியாளர்கள் என மூன்று பேர் வேலைக்கு இருந்தார்கள். சகுந்தலா கல்லூரிக்கு போய்வருவதுடன் சரி, வீட்டுவேலைகள் எதையும் கவனிக்க மாட்டாள். பெரும்பான்மை நாட்கள் இரவு கிளப், விருந்து எனச் சென்றுவிட்டுப் பின்னிரவில் தான் வீடு திரும்புவாள். அந்த வாழ்க்கை முறை அப்பாவிற்குப் பிடிக்கவில்லை. அந்தக் கோபத்தை அவர் காட்டிக் கொள்ள மாட்டார்.

அப்பாவின் நண்பர் கண்ணபிரான் அசோகா காலனியில் இருந்தார். அவர் எப்போதாவது உரையாடுவதற்காக அவர்கள் வீடு தேடி வருவதுண்டு. மற்ற நாட்களில் பிடிவாதமாக அப்பா வீட்டிற்குள்ளாகவே அடைந்து கிடந்தார். சில நாட்கள் இரவில் எதையோ எழுதிக் கொண்டிருப்பதைக் கண்டிருக்கிறாள்.

அருண் சர்மா சொல்லும் வரை அப்பா ஐசிஎல் நடுவராக இருப்பதை அவள் அறியவில்லை. தனது பெயர் இறுதிப்பட்டியலில் இருப்பதைக் கண்டு அப்பா சந்தோஷப்பட்டிருப்பாரா?

ஏன் இதைப் பற்றி பேசவில்லை.

யாரை விருதுக்குத் தேர்வு செய்திருப்பார்கள்?

சகுந்தலா அப்பாவிற்குத் தொலைபேசி செய்தாள். அவர் ஃபோனை எடுக்கவில்லை. ஒருவேளை தேர்வுக்குழுவின் கூட்டம் இன்னமும் முடியவில்லையா.

யாரிடம் கேட்டால் தெரியும். முரளிதரனுக்கு அந்தக் கமிட்டியில் உள்ளவர்களை நிச்சயம் தெரிந்திருக்கும். அவள் முரளிதரனுக்கு போன் செய்தாள்.

"என்ன சகுந்தலா.. ஐசிஎல் அவார்ட் என்ன ஆச்சு?" என்று கேட்டான்.

"அதை கேட்க தான் அப்பா கிட்ட பேச டிரை பண்ணினேன். அவர் ஃபோனை எடுக்கலை உனக்குத் தெரியுமா?"

"மைசூர்ல கூட்டம் ஏழு மணிக்கே முடிஞ்சி போச்சே. உங்கப்பா உடனே கிளம்பிட்டாருனு சொன்னாங்க."

"யாருக்கு அவார்ட்?"

"அது உங்கப்பாவுக்குத் தான் தெரியும். முகர்ஜியும், ஷியாம் பிரசாத்தும் கமிட்டில இருந்தாங்க. நாளைக்கு காலையில அறிவிப்பு வரும்னு கேள்விபட்டேன்."

"நீ முகர்ஜிகிட்டே கேட்டு சொல்றியா?"

"அவர் இந்நேரம் பார்ல குடிச்சிட்டு இருப்பார். காலையிலே கேட்டு சொல்றேன்."

அப்பா ஏன் இது போன்ற விஷயங்களை கூடத் தன்னிடம் மறைக்கிறார் என்று அவளுக்குக் கோபமாக வந்தது. அவர் ஃபோனை எடுக்கவில்லை என்பதாலே தன்னைத் தேர்வு செய்திருக்கவில்லை என்பது அவளுக்குப் புரிந்திருந்தது.

••

அப்பாவின் ஆய்வுமுறைகள், அவர் முன்வைக்கும் கருதுகோள்கள் இன்று காலாவதியாகிவிட்டன. ஆய்வு வட்டத்தில் அவரை இன்று வாசிப்பவர் எவருமில்லை. ஆனால் அவர் அதை உணரவேயில்லை. அவர் வேறு ஒரு உலகில் வாழ்ந்துக் கொண்டிருந்தார். அதில் ஆய்வு என்பது ஒப்பற்றத் தியாகம், நிகரில்லாத உழைப்பு, பெரும் கண்டுபிடிப்பு. இன்று அப்படி எதுவுமில்லை. தனது பார்வையை, கோணத்தை உரிய சான்றுகளுடன் கோர்வையாக விவரித்து எழுதினாலே போதும். அவள் அப்படித் தான் எழுதுகிறாள். அப்பாவிற்கு அது பிடிப்பதில்லை.

அதைவிடவும் மொழியியல் துறையில் தன்னைவிட மேதை எவரும் இல்லை என்று அவர் நினைத்துக் கொண்டிருக்கிறார். அது தான் பரிதாபம். இன்றைய ஆய்வாளர்களில் ஒருவர் கூட அவரைத் தேடி வருவதில்லை. கட்டுரைகளில் பெயரைக் குறிப்பிடுவதில்லை. ஆனால் இவரைப் போன்றவர்களைத் தான் விருது குழுவின் நடுவராக நியமிக்கிறார்கள். அவரும் தனது கறைபடாத கரத்தை நிரூபித்துவிட்டுப் பெருமிதமாக நடந்து கொள்ளுவார். இதெல்லாம் அர்த்தமற்ற நாடகம் என்று அவளுக்குத் தோன்றியது.

எல்லாத் துறைகளிலும் வேண்டியவர்களுக்கு உதவி செய்வது, விருது கொடுப்பது, தேவையான ஆட்களை அணி சேர்த்துக் கொள்வது நடக்கத்தானே செய்கிறது. கோவிந்தப்பாவின் மகள் கல்லூரி முதல்வரானது அப்படித் தானே! அந்தக் கமிட்டியில் இருந்தவர்கள் கோவிந்தப்பாவின் மாணவர்கள். தங்கள் குருவை சந்தோஷப்படுத்த மகளை முதல்வராக்கிவிட்டார்கள். யாரோ சிலர் இதைக் கண்டித்துப் பேசியதை தவிர வேறு ஒன்றும் ஆகவிடவில்லை. அவள் முதல்வராக அதிகாரத்துடன் வேலை செய்கிறாள்.

அப்பா இன்றைய கல்விபுலத்தைப் புரிந்துக் கொள்ளவேயில்லை. அவர் அர்த்தமற்ற லட்சியக் கனவுகளுடன் இன்றும் வாழ்ந்து கொண்டிருக்கிறார் என்று சகுந்தலாவிற்குத் தோன்றியது.

..

கோல்டன் கிளப்பில் அன்றிரவு ரூபி மனோகரின் விருந்து இருந்தது. அதற்குப் போவதா அல்லது அப்பாவிற்காக காத்திருப்பதா எனத் தெரியாமல் குழப்பம் கொண்டாள் சகுந்தலா.

அப்பாவிற்கு மறுபடியும் ஃபோன் செய்தாள்.

"சொல்லுமா..." என்றார் அப்பா.

"மைசூர்ல இருந்து கிளம்பிட்டீங்களா?"

"இல்லை. நான் நிம்மியை பார்க்க கோயம்புத்தூர் போயிட்டு வரலாம்னு இருக்கேன்."

"இப்போ எதுக்குப்பா? நாளைக்கு உங்களுக்கு டாக்டர் அப்பாயிண்மெண்ட் இருக்கு."

"வந்து பாத்துக்கலாம்."

ஐசிஎல் அவார்ட் பற்றி கேட்க நினைத்தாள். ஆனால் அதற்குள் அப்பா ஃபோனை வைத்துவிட்டார்.

நிம்மி அவளது உறவுப்பெண். பெயர் நிர்மலா. அவள் பள்ளி ஆசிரியராக வேலை செய்கிறாள். அவளது வீட்டில் போய்த் தங்குவதை அப்பா விரும்புகிறார். நிம்மியின் பிள்ளைகளுக்குப் பாடம் சொல்லித் தருகிறார். நிம்மியின் சமையலை ருசித்துச் சாப்பிடுகிறார். நிம்மியை பிடிப்பது போலத் தன்னை ஏன் அவருக்குப் பிடிக்கவில்லை என்று எரிச்சலாக இருந்தது.

ஐசிஎல் அவார்ட் பற்றி ஏன் கேட்காமல் விட்டோம் என்று ஆத்திரமாக வந்தது. அப்பாவிற்கு மறுபடியும் ஃபோன் செய்தாள்,

"பஸ் ஏறிட்டீங்களா இல்லை கெஸ்ட் அவுஸ்ல வெயிட் பண்ணுறீங்களா?"

"கெஸ்ட் அவுஸ்ல தான் இருக்கேன்."

"ஐசிஎல் அவார்ட் யாருக்கு முடிவு பண்ணுனீங்க?"

அப்பா பதில் சொல்லவில்லை.

"என் பேரு இருந்துச்சாமே?"

"நான் தான் எடுத்துடச் சொன்னேன்."

“நீங்க உத்தமசீலர் ஆச்சே. அப்படிச் செய்யாம இருந்தா தான் ஆச்சரியம்.”

அப்பா மௌனமாக இருந்தார். ஆத்திரத்தை அடக்கியபடியே கேட்டாள்,

“யாருக்கு அவார்ட்னு சொல்ல மாட்டீங்களா...”

“நாளைக்கு பேப்பர்ல அறிவிப்பு வரும்” என்று ஃபோனை வைத்தார் அப்பா.

அவளது கோபம் உச்சத்திற்கு சென்றது. தனக்கு இந்த விருது கிடைக்கக்கூடாது என்று அப்பாவே நினைக்கிறார். இப்படியும் ஒரு தந்தை இருப்பாரா! ஒருவேளை தான் வாங்கிய விருதை மகளும் வாங்கக் கூடாது என்று நினைக்கிறாரா, வாங்கினால் என்ன? அப்பா மகள் இருவரும் ஒரே துறையில் அறிஞராக இருக்கக் கூடாதா?

யோசிக்க யோசிக்க சிறுவயதிலிருந்தே அப்பா அவளை இப்படித் தான் நடத்திருவருவதாகத் தோன்றியது.

அவள் பள்ளி பேச்சுப்போட்டியில் பரிசு வாங்கிய போது அப்பா சொன்னார்,

“யாரோ எழுதிக் கொடுத்ததை மனப்பாடம் பண்ணி ஒப்பிச்சிருக்கே. இதுக்கு பரிசு கொடுத்துருக்காங்க. இதுல உன் ஒரிஜினலாட்டி ஒரு மண்ணும் கிடையாது.”

அம்மா தான் அவளுக்கு ஆறுதல் சொன்னாள்.

இது போலத் தான் அப்பாவின் கண்டிப்பு எப்போதும் இருந்தது. தன் பெயரை எங்கேயும் அவள் பயன்படுத்தக் கூடாது என்பதில் அப்பா கறாராக இருந்தார். ஆனால் அவள் அதை ஒரு தங்கசாவி போலத் தேவையான போது பயன்படுத்திக் கொண்டாள். சில ஆய்வரங்குகளில் அவள் அழைக்கபட்டதற்கு அப்பா பெயர் தான் முக்கியக் காரணம். அதை அப்பா அறியமாட்டார்.

2014ல் அவளது ஆய்வு கட்டுரை அமெரிக்க ஆய்வு இதழில் வெளியான போது அப்பாவிடம் ஆசையாகக் காட்டினாள்.

அவர் அதை சுண்டுவிரலால் புரட்டியபடியே சொன்னார்,

கிதார் இசைக்கும் துறவி ɸ 93

“குக்கப் பண்ணி எழுதியிருக்கே. இந்த டேட்டா எல்லாம் நீ கலெக்ட் பண்ணினது இல்லே. அடுத்தவங்க உழைப்பிலே ஏன் பேர் வாங்க ஆசைப்படுறே”

“இப்போ ரிசர்ச் இப்படித் தான் நடக்குது...”

“அந்த குப்பையில நீயும் சேராதே. அவ்வளவு தான் சொல்வேன்.”

“நான் உங்க ஸ்டுடண்ட் இல்ல. உங்க மக. அதை மறந்துடுறீங்க.”

“ரிசர்ச் ஃபீல்ட்ல அப்பா மகள் எல்லாம் ஒரு முக்கியத்துவமும் கிடையாது. அதைச் சொல்லி ஏமாற்றவும் முடியாது.”

அதிலிருந்து தனது கட்டுரை எதையும் அப்பாவிடம் காட்டியதில்லை.

••

யார் விருதுக்கு தேர்வு செய்யப்பட்டிருக்கிறார் என்பதைத் தெரிந்து கொள்வதற்காக ஷியாம் அங்கிளுக்கு ஃபோன் செய்தாள். அவர் மாதவ் காட்கில் என்பதைச் சொன்னதோடு நான் உன்னைத் தான் சப்போர்ட் பண்ணினேன், “உங்கப்பன் கேட்கலை” என்றார்.

தனது ஆற்றாமையை மறைத்துக் கொண்டு “தேங்ஸ் அங்கிள்” என்றாள். அப்பா தனது குற்றவுணர்வை மறைக்க நினைக்கிறார். இதனால் தான் நிம்மியைக் காண கோவை செல்கிறார். அந்தக் குற்றவுணர்வை கிண்டிவிட வேண்டும் போலிருந்தது.

மறுபடி அப்பாவிற்கு ஃபோன் செய்தாள்.

“கங்கிராட்ஸ்பா. மாதவ் காட்கில் நல்ல சாய்ஸ்.”

“உனக்கு யாரு சொன்னது...?”

“நீங்க சொல்லாட்டி தெரிஞ்சிக்க முடியா..?”

“உன்னோட இந்த புத்தி தான் அவார்ட் தராமல் போனதுக்கு காரணம்.”

“உங்களை விட நான் இன்டலிஜென்ட்பா. அதை உங்களாலே ஏத்துக்க முடியல, நீங்க என்ன கண்டு பொறாமை படுறீங்க...”

“ஹம்பக்! உன் தகுதிக்கு மேல உனக்கு எல்லாமும் கிடைச்சிருக்கு. நீ அதுக்கு டிசர்வ் ஆனவ இல்ல”

“அதுக்கு உங்க பேரு தான் காரணம்னு நினைக்குறீங்களா?”

“நிச்சயமா. இதைப் பற்றி நான் பேசவிரும்பல”

“உண்மையை எப்போவாவது பேசிதானப்பா ஆகணும்.”

“நான் கேட்க விரும்பல” என்று அப்பா ஃபோனை வைத்துவிட்டார். அப்பாவின் அந்தத் தோல்வி ஏனோ அவளுக்கு சந்தோஷமாக இருந்தது.

நிம்மிக்கு ஃபோன் செய்து தனக்கு வரவேண்டிய விருதை அப்பா யாருக்கோ கொடுத்துவிட்டதைப் பற்றிச் சொன்னாள்,

அவள் அப்பாவியாக “அக்கா... உங்களுக்குக் கிடைச்சிருந்தா எவ்வளவு சந்தோஷமாக இருக்கும்” என்றாள்.

அப்பா அவள் வீட்டிற்கு வரப்போவதைப் பற்றி சொல்லிவிட்டு “நீ இதைப்பற்றிக் கேட்க வேண்டாம்” என்றாள்.

நிம்மிக்கு அது புரியவேயில்லை.

••

அன்றிரவு சகுந்தலா தனது கணவர் மகாதேவனிடம் நடந்த விஷயங்களைச் சொன்னாள்.

அவர் சிரித்தபடியே சொன்னார்,

“உங்கப்பா அப்படி நடந்துக்காம இருந்தா தான் ஆச்சரியம்.”

“அப்போ அவர் செய்தது சரியா...?”

“அவர மாதிரி ஆட்களைப் பாக்குறது சிரமம் சகுந்தலா. அந்தத் தலைமுறை இனிமே வராது.”

“அப்போ எனக்கு அந்த அவார்ட் வாங்கத் தகுதியில்லையா?”

“அது எனக்குத் தெரியாது. ஆனா உங்கப்பா தப்பா ஒருத்தருக்கு அவார்ட் தர மாட்டார். அவர் பெரிய ஸ்காலர்.”

“அவர் செய்தது சரினு சொல்றீங்களா...?”

“நீ தான் ஓவரா ரியாக்ட் பண்றே. பாவம் உங்கப்பா. உனக்கு பயந்துட்டு கோயம்புத்தூர் போறார்” எனச் சிரித்தார்.

அவள் பதில் சொல்லவில்லை. அன்றிரவு அவளுக்கு சரியான தூக்கமில்லை. பழைய நினைவுகள் மனதில் தோன்றியபடியே இருந்தன. விடிகாலையில் எழுந்துக் கொண்டாள். அப்பா இந்நேரம் கோவை போய்ச் சேர்ந்திருப்பார். பனிமூட்டமான சாலையில் நடந்து நிம்மி வீட்டை நோக்கிப் போய்க் கொண்டிருப்பார். அவருக்கு ஃபோன் செய்ய வேண்டும் போலிருந்தது. அந்த ஆசையைக் கட்டுபடுத்திக் கொண்டு காபி தயாரித்தாள். அப்பாவிற்காகவும் ஒரு கோப்பையைக் கலந்தாள்.

அவர் இல்லாவிட்டால் என்ன என்று நினைத்தபடியே தனது காஃபியோடு செய்தித் தாளை படிக்க ஆரம்பித்தாள். அதில் அவார்ட் செய்தி வந்திருந்தது. படிக்க மனதின்றி பேப்பரை கீழே போட்டாள்.

அப்போது நிம்மியை நினைத்து மனதில் பொறாமை எழுவதை அவளால் தடுக்க முடியவில்லை.

✦✦✦

வலது கன்னம்

வீட்டுச் சாமான்கள் முழுவதையும் வேனில் ஏற்றியிருந்தார்கள். அந்த வேன் முதுகில் வீட்டை தூக்கிச் செல்லும் பெரியதொரு நத்தையைப் போலிருந்தது.

ஒரு வீட்டிற்குள் இவ்வளவு பொருட்கள் எப்படியிருந்தன என வியப்போடு பார்த்துக் கொண்டிருந்தான் கதிர். அவனுக்கு பதினான்கு வயது நடந்துக் கொண்டிருந்தது. ஆனால் பத்து வயது பையன் போல மெலிந்த தோற்றம் கொண்டிருந்தான். போலீஸ் கட்டிங் போல வெட்டப்பட்ட தலை. கழுத்து எலும்புகள் சற்றே துருத்திக் கொண்டிருந்தன.

முதன்முறையாக அவர்கள் வேனில் பயணம் செய்யப்போகிறார்கள் என்பது கதிருக்குக் கூடுதல் சந்தோஷம் அளித்தது.

பொதுப்பணித்துறையில் என்ஜினியராக வேலை செய்த அவனது அப்பா எந்த ஊருக்கு டிரான்ஸ்ஃபர் ஆனாலும் அவர் மட்டுமே சென்று தனியே வீடு எடுத்து தங்கியிருப்பதே வழக்கம். இதுவரை அப்படி ஆறேழு ஊர்களுக்கு மாறுதல் செய்திருக்கிறார்கள்.

இப்போது சாத்தூருக்கு டிரான்ஸ்ஃபர் வந்திருந்தது. அந்தத் தகவல் வந்த நாளிலிருந்து அம்மா ஊர் மாறிப் போய்விடுவோம் என்று நச்சரிக்கத் துவங்கினாள்.

ஆரம்பத்தில் அப்பா ஒத்துக் கொள்ளவில்லை. ஆனால் ரகுபதி மாமாவோடு ஏற்பட்ட நிலத்தகராறுக்கு பின்பு வெளியூருக்கு சென்று இருப்பது நல்லது என்ற முடிவிற்கு வந்திருந்தார்.

கிதார் இசைக்கும் துறவி ♦ 97

சாத்தூரில் வீடு தேடுவதில் இரண்டு வாரங்கள் கடந்து போயின. ஒவ்வொரு வாரம் அப்பா தென்னூர் வரும் போதும் அம்மா வீடு கிடைத்துவிட்டதா என்று ஆதங்கமாகக் கேட்பாள்.

"நல்ல வீடு அமையல" என்பார் அப்பா.

ஆனால் ஒரு சனிக்கிழமை இரவு வீடு வந்த அப்பா சாத்தூரில் மாதா கோவிலை ஒட்டியத் தெருவில் வீடு பிடித்துவிட்டதாகச் சொன்ன போது அவனால் நம்பவே முடியவில்லை.

நிஜமாகவே ஊர் மாறிப் போகப்போகிறோம்.

இதை கணேசனிடம் சொன்ன போது அவன் நம்பவேயில்லை. ஆனால் வாசு நம்பினான். அத்துடன் நாங்களும் சம்மர் லீவுக்கு சாத்தூர் வர்றோம். உங்க வீட்லயே தங்கிக்கலாம்லே என்றான். அதைக் கேட்கவே மகிழ்ச்சியாக இருந்தது.

சாத்தூர் எப்படியிருக்கும்? அங்கே நீந்திக் குளிக்க ஏரி இருக்குமா? எத்தனை சினிமா தியேட்டர்கள் இருக்கும்? அந்த ஊர் பள்ளிக்கூடம் மழைக்கு ஒழுகுமா, என்பதைப் பற்றியே அன்று அவர்கள் நீண்ட நேரம் பேசிக் கொண்டிருந்தார்கள்.

..

அவர்கள் குடியிருந்த தென்னூர் கிராமத்தில் சினிமா தியேட்டர் கிடையாது. ஆனால் பெரிய ஏரி இருந்தது. அதன் கரையை ஒட்டி நிறைய மருதமரங்கள் இருந்தன. பேருந்துப் பிடிக்க வயல்வெளியின் ஊடாக நடந்து செல்ல வேண்டும். ஊரில் ஒரு சிவன் கோவில் இருந்தது. மாசி மாதம் நடைபெறும் திருவிழாவில் நாடகம் போடுவார்கள். கடைசி நாள் மட்டும் கோவில் முன்பு திரைக்கட்டி சினிமா காட்டுவார்கள்.

தென்னூரில் நூறுக்கும் குறைவான வீடுகளே இருந்தன. அதில் ஒரு வீதி முழுவதும் திண்ணை வைத்த பழங்கால வீடுகள். அவர்கள் வீட்டிலும் அப்படி பெரிய திண்ணை இருந்தது. எந்த வீட்டிலும் கழிப்பறைகள் கிடையாது.

இப்போது தான் வீட்டின் பின்புறம் புதிதாக கட்டிக் கொண்டார்கள்.

அப்பா பார்த்து வைத்திருந்த புதுவீட்டை தானும் பார்க்க வேண்டும் என்பதற்காக அம்மா ஒரு திங்கட்கிழமை சாத்தூர் புறப்பட்டுச் சென்றாள். அன்றைக்கு பள்ளி என்பதால் அவனும் ரமாவும் உடன் செல்ல முடியவில்லை. ஆனால் கதிருக்கு அவர்களுடன் போக வேண்டும் என ஆசையாக இருந்தது.

சாத்தூர் போன அப்பாவும் அம்மாவும்அன்றிரவு திரும்பி வரவில்லை. ஜெயந்தி அக்கா வீட்டிலே ரமாவும் அவனும் தூங்கினார்கள். காலையில் அவர்கள் பள்ளிக்கு கிளம்பி போகும் வரை அம்மா திரும்பியிருக்கவில்லை. மாலை அவர்கள் பள்ளிவிட்டு வந்தபோது அம்மா சந்தோஷமான முகத்துடன் காணப்பட்டாள்.

"மூணு ரூம்.. நல்லா பெரிய ஹால் உள்ள வீடு. ஆனா வாடகை ஜாஸ்தி" என்றாள்.

"வசதியப் பாத்தா காசு கொடுக்கணும்லே" என்றாள் ஜெயந்தியக்கா.

"ஊர்ல வெயில் அனலாக் கொதிக்குது. ஒரே புழுதி" என்றாள் அம்மா.

"எப்போம்மா வீடு மாறப்போறோம்" என்று கேட்டான் கதிர்.

"உங்கப்பா தான் சொல்லணும்" என்று சலித்துக் கொண்டாள் அம்மா. அந்த வாரம் விடுமுறைக்கு வந்த அப்பா உடனே வீட்டைக் காலி செய்து போய்விடலாம் என்றார்.

இரண்டு நாட்களுக்குள் வீட்டைக் காலி செய்வதற்காக பரபரப்பாகச் செயல்பட்டார்கள். பால்காரனின் கணக்கை அன்றே முடித்துக் கொண்டாள் அம்மா. சீட்டுப் போடும் வீட்டில் போய்த் தகவல் சொல்லிவந்தாள். வீட்டுப் பொருட்களை அடைப்பதற்காக மரப்பெட்டி வாங்கிக் கொண்டு வந்தார் அப்பா. நாலைந்து அட்டைப்பெட்டிகளை தவசிமாமா வீட்டில் கேட்டு வாங்கி வந்தார்கள்.

உதவிக்குச் சொக்கனை வைத்துக் கொண்டு வீட்டுப் பொருட்களைப் பெட்டியில் அடைத்தார்கள்.

அம்மாவிற்குத் தெரியாமல் கட்டிலுக்கு அடியில் சுருட்டி ஒளித்து வைத்த இருபது மார்க் வாங்கிய மேத்ஸ் பரிட்சை பேப்பரை வெளியே எடுத்துப் போட்டான் சொக்கன்.

நல்லவேளை அதை அப்படியே அள்ளிக் கொண்டு வெளியே ஓடினான் கதிர்.

“என்னடா ஆச்சு” என்று சத்தமாகக் கேட்டாள் அம்மா?

“கரப்பான் பூச்சியா இருக்கு” என்று சொல்லி சமாளித்தான் கதிர்.

அட்டைப்பெட்டி, மரப்பெட்டி, சாக்குப்பை என பாத்திரப் பண்டங்களை நிரப்பியும் தீரவில்லை. ரமா பிறந்த போது வாங்கிய பால்புட்டி, கிரேப் வாட்டர் பாட்டிலைக் கூட அம்மா பத்திரமாக வைத்திருந்தாள். காலாவதியான மாத்திரைகள், தைல பாட்டில், ஊட்டச்சத்து மருந்து, சந்தன மாலை, பழைய டார்ச் லைட், காலியான விக்ஸ் டப்பா, கிழிந்தத் துணிகள் எல்லாம் அள்ளி வீட்டின் பின்புறம் கொண்டுப் போய் குவித்தான் சொக்கன்.

பொருட்கள் எதுவுமில்லாத வீடு சத்திரம் போல விநோதமாகத் தோற்றம் அளித்தது.

••

எப்போது வேன் வரும். எப்போது சாத்தூருக்கு கிளம்புவோம் என்ற ஆசையோடு அன்றிரவு படுத்துக்கிடந்தான் கதிர்.

வேனில் போகும்போது கணேசன் வீட்டில் நிறுத்தி டாட்டா காட்ட முடியுமா என்று தெரியவில்லை. நண்பர்களைப் பிரிந்து போவதைப் பற்றி அவனுக்கு வருத்தமில்லை. சாத்தூரில் யார் புதிய ஃபிரெண்டாக வரப்போகிறார்கள் என்பதைப் பற்றியே நினைத்துக் கொண்டிருந்தான்.

காலை ஆறு மணிக்கு வேன் வந்து நின்றபோது அதிலிருந்து இரண்டு பேர் இறங்கி வந்தார்கள். இருவரில் நடுத்தர வயதுள்ளவர் நெற்றியில் சந்தனம், குங்குமம் வைத்திருந்தார்.

அவர் அப்பாவிடம் "சாமானை மூட்டைக்கட்டி ஏத்திவிடுறதுக்கு ஆளை வரச்சொல்லியிருக்கேன். இப்போ வந்துருவாங்க" என்றார்.

காலியாக இருந்த வீட்டை அவரும் அப்பாவும் சுற்றிப் பார்த்தார்கள்.

"இது உங்க சொந்த வீடா" என்று கேட்டார் சந்தனம் வைத்தவர்.

"பூர்வீக வீடு.. தாத்தா காலத்துல கட்டினது.."

"கவர்மெண்ட் வேலைன்னாலே இப்படி மூட்டை முடிச்சை கட்டிக்கிட்டு ஓட வேண்டியது தான்."

"மூணு வருஷத்துக்கு ஒரு ஊருக்குப் போயி தானே ஆகணும்."

"நம்ம ஊர் சௌகரியம் எந்த ஊர்லயும் கிடைக்காது. நம்ம ஊர் தண்ணி அப்படி.." என்றார் சந்தனம் வைத்தவர்.

அப்பா தலையாட்டிக் கொண்டார்.

..

இரண்டு பைக் அவர்கள் வீட்டை நோக்கி வந்து நின்றது. நான்கு பேர் இறங்கி வீட்டிற்குள் வந்தார்கள். அவர்களே பொருட்களை வேனில் ஏற்றினார்கள். பக்கத்துவீட்டுக் கிணற்றினை ஒட்டிச் சென்றுக் கொண்டிருந்த பூனை நின்று அவர்கள் வீடு காலி செய்வதைப் பார்த்துக் கொண்டிருந்தது. அந்தப் பூனை நிறைய முறை அவர்கள் வீட்டில் திருடி சாப்பிட்டிருக்கிறது. கதிர் அந்தப் பூனையை அடிக்கத் துரத்தியிருக்கிறான். இன்றைக்கு அந்த வெறுப்பில் தானோ என்னவோ ஏளனமாகப் பார்த்தபடியே வாலை ஆட்டியபடி நின்றிருந்தது.

பிரம்பு நாற்காலியை கடைசியாக ஏற்ற வேண்டும் என்றும் அதில் தான் உட்கார்ந்து வரப்போவதாகச் சொன்னார் அப்பா.

"அதெல்லாம் ஒண்ணும் வேணாம். நீங்க முன்னாடி வந்துருங்க" என்றாள் அம்மா.

"வண்டி வேகத்துல ஏதாவது ரோட்டில விழுந்துட்டா தெரியாமப் போயிடும். நான் பாத்துகிடுறேன், நீயும்

பிள்ளைகளும் முன்னாடி உட்கார்ந்துகோங்க" என்றார் அப்பா.

"சாத்தூர் போய்ச் சேர எவ்வளவு நேரமாகும்?" என்று கேட்டாள் அம்மா.

"நாலு மணியாகிடும்க்கா" என்றான் டிரைவர்.

"அப்போ வழியில நிறுத்தி சாப்பிட்டுகிடுவோம்" என்றார் அப்பா.

அம்மா சாமி படங்களை மட்டும் ஒரு மஞ்சள் பையில் போட்டு தன்னுடைய மடியில் வைத்துக் கொண்டாள். வேனில் பொருட்களை அடைத்து ஏற்றியிருந்தார்கள்.

அம்மா பக்கத்து வீட்டில் உள்ள ஜெயந்தியக்காவிடம் தபால் வந்தால் வாங்கி வைக்கும்படி சொல்வதற்காகச் சென்றாள். அப்பா ஒட்டடை அடிக்கும் குச்சி வேனை விட்டு நீட்டிக் கொண்டிருப்பதை உள்ளே திணிக்க முயன்று கொண்டிருந்தார்.

தேவையில்லாத பொருட்கள் என்று ஒதுக்கியதில் கதிரின் தலையணையும் குப்பை மேட்டில் கிடந்தது. அதை எடுத்துக் கொள்ளலாமா என்று நினைத்தான். ஆனால் அம்மா திட்டுவாள் எனப் பயமாக இருந்தது.

தலையணை கிழிந்து பஞ்சு துருத்திக் கொண்டிருந்தது. தலையணை உறையிலிருந்த நிலாவும் இரண்டு கிளிகளும் நிறம் மங்கிப்போயிருந்தன. அந்தத் தலையணையில் முகம் புதைத்து எத்தனையோ கனவு கண்டிருக்கிறான். காய்ச்சலின் போது அழுதிருக்கிறான். நள்ளிரவில் விழிப்பு வந்து காரணமில்லாத பயம் பற்றிக் கொள்ளும் போது அந்தக் கிளிகள் மீது முகத்தைப் புதைத்துக் கொண்டு தன்னைக் காப்பாற்ற வேண்டும் என்று வேண்டியிருக்கிறான்.

ஒருமுறை கல்பனா சித்தியும் அவளது பிள்ளைகளும் இரவில் வந்து சேர்ந்த போது சித்திக்காக அம்மா அவனது தலையணையைத் தான் பிடுங்கிக் கொண்டாள். கதிர் தலையணை தனக்கு வேண்டும் என்று கேட்டுப் பிடிவாதம் செய்து அடிவாங்கினான். சித்தி அவனது அழுகையைக் கண்டும் தலையணையை விட்டுத் தரவில்லை.

வேண்டாத பாய், தலையணை, வளைந்துப் போன கரண்டிகள், அலுமினிய மக்கு, சிவப்பு பிளாஸ்டிக் வாளி, முருகன் படம் போட்ட காலண்டர், ரப்பர் செருப்புகள், சுருங்கிப் போன ஸ்வெட்டர் எனச் சிறிய குவியல் குப்பைமேட்டில் இருந்தது.

கதிர் காலியாக இருந்த வீட்டிற்குள் ஒரு முறை நடந்தான். குளியலறைக் கதவை தள்ளி குழாய் மூடியிருக்கிறதா என்று பார்த்தான். திறந்துவிட்டால் என்ன, இனிமேல் நம் வீடா என்ன? யார் நம்மைத் திட்டப்போகிறார்கள் என்ற நினைப்போடு தண்ணீர்க் குழாயை திறந்துவிட்டான். ஆனால் தண்ணீர் வரவில்லை. தேய்ந்து போன சோப்புத் துண்டுகள் தரையில் கிடந்தன. அவற்றைக் காலால் எத்திவிட்டான்.

பிரம்பு நாற்காலியைக் கயிறு கொண்டு இறுக்கக் கட்டினார்கள். அப்பா அதில் ஏறி அமர்ந்துக் கொண்டார். அம்மா காலியாக இருந்த வீட்டைப் பூட்டி சாவியை ஜெயந்தியக்காவிடம் கொடுத்துவிட்டு வடிவேல் வந்து வாங்கிக்கிடுவான் என்றாள்.

வேனில் ஏறிக் கொண்டபோது தங்கள் வீட்டை திரும்பிப் பார்த்தான் கதிர். மனதில் என்றோ ஒரு நாள் ரோட்டில் செத்துகிடந்த காகம் ஒன்றின் நினைவு வந்துப் போனது.

..

வேன் ஊரைக்கடந்து பிரதான சாலைக்கு ஏறும்வரை அம்மா ஒரு வார்த்தைக் கூடப் பேசவில்லை. அப்பா டிரான்சிஸ்டர் ரேடியோவில் ஏதோ பாடலை ஒலிக்கவிட்டபடியே பிரம்பு நாற்காலியில் அமர்ந்திருந்தார்.

ஹைவேயில் அவர்கள் வேன் செல்லும் போது கதிருக்கு அளவில்லாத சந்தோஷமாக இருந்தது. தங்களைக் கடந்து செல்லும் பேருந்துகள், கார்கள், லாரிகளை எண்ணிக் கொண்டே வந்தான்.

அம்மாவின் முகத்தில் ஏதோ யோசனை, கலக்கம். தன் கவலைகளைக் காட்டிக் கொள்ளாமல் மறைத்திருந்தாள்.

வேன் டிரைவருடன் ஏதோ பேசிக் கொண்டே வந்தாள் ரமா.

வழியில் ஒரு இடத்தில் நிறுத்தி அவர்கள் தேநீர் குடித்தார்கள். இனிப்பு வடையும், உளுந்தவடையும் சாப்பிட்டான் கதிர். எவ்வளவு பெரிய வடை என்று ஆச்சரியமாக இருந்தது. வெயிலேறிய சாலையில் வேன் செல்ல ஆரம்பித்தது. பின்னால் ஓடிக்கொண்டிருக்கும் புளியமரங்களையும் தூரத்து ஆடுகளையும் பார்த்தபடியே வந்தான் கதிர்.

பெயர் அறியாத ஊர்களைக் கடந்து சென்றது வேன். அவர்கள் சாத்தூருக்கு வந்து சேர்ந்த போது மணி ஐந்தாகியிருந்தது. சோர்ந்தும் களைத்தும் போயிருந்தார்கள். அவர்கள் வீடு இருந்த மாதா கோவில் தெருவின் முனையில் சினிமா போஸ்டர் ஒன்று பெரியதாகக் கண்ணில்பட்டது.

பக்கத்தில் ஏதாவது சினிமா தியேட்டர் தெரிகிறதா என்று எட்டிப்பார்த்தான். எதுவும் கண்ணில் படவில்லை.

பச்சை நிற கேட் போட்ட வீட்டின் முன்பாக வேனை நிறுத்திவிட்டுச் சாமான்களை இறக்கி வைப்பதற்காக அப்பா ஆட்களைக் கூட்டிவரப் போனார்.

அவரது அலுவலக ப்யூன் காளிமுத்து மற்றும் மூன்று பேர் வந்திருந்தார்கள். அவர்கள் பண்டபாத்திரங்களைப் புது வீட்டில் இறக்கி வைக்க உதவி செய்தார்கள். பக்கத்திலுள்ள பரோட்டா கடையில் தேவையான இரவு உணவை வாங்கிக் கொள்வோம் என்றார் அப்பா.

அன்றிரவு அப்பாவோடு பரோட்டா கடையைக் காணுவதற்காகச் சென்றான். பெரிய கல்லில் எண்ணெயில் பரோட்டா பொறித்துக் கொண்டிருந்தார்கள். வட்ட மலர் போல பார்க்கவே அழகாக இருந்தது. பரோட்டாவும் வழியலும், அம்மாவிற்கு இட்லியும் வாங்கி வந்தார்கள். அவ்வளவு ருசியான பரோட்டாவை அதற்கு முன்பு அவன் சாப்பிட்டதேயில்லை. அந்த பரோட்டாவிற்காகவே சாத்தூரில் குடியிருக்கலாம் என்று தோன்றியது.

சாத்தூர் பெரிய நகரில்லை. ஆனால் சுற்றியுள்ள கிராமங்களுக்கு அது தான் பட்டணம். ஆகவே நிறைய சிறுவணிகர்கள் வந்து போனார்கள். பேருந்து நிலைய வாசலில் கூடை கூடையாக வெள்ளரிக்காயும், கொய்யாப்பழமும் விற்பனை செய்யப்பட்டன. ஒரு நாள் பனம்பழம் விற்கும் கிழவர் ஒருவரைக் கூடப் பார்த்தான்.

புதுவீட்டில் பொருட்களை எடுத்து அடுக்கி ஒழுங்கு செய்வதற்கு மூன்று நாட்கள் ஆனது. அப்படியும் நிறைய பிளாஸ்டிக் பொருட்களை வைக்க இடமில்லை. ப்யூன் காளிமுத்துவிற்கு அவற்றைத் தூக்கிக் கொடுத்தார் அப்பா.

கதிரை எட்வர்ட் மேல்நிலைப்பள்ளியிலும் ரமாவை எத்தல் ஹார்விபள்ளிக்கூடத்திலுமாகச் சேர்த்தார்கள். பள்ளிக்கூடத்தில் சேர்ந்த நாள் அன்றே விக்டருடன் நண்பனாகிவிட்டான்.

முதல் நாள் பள்ளிவிட்டு திரும்பும் போது விக்டர் அவனை அழைத்துக் கொண்டு போய் கிருஷ்ணா ஐஸ்பேக்டரியில் பால் ஐஸ் வாங்கிக் கொடுத்தான். அவன் இரண்டு ஐஸ் வாங்கிக் கொண்டான்

“டெய்லி ரெண்டு பால் ஐஸ் தின்பேன்“ என்று எச்சில் ஒழுகச் சொன்னான் விக்டர்

கதிருக்கு பால் ஐஸ் சுவை பிடித்திருந்தது. இதெல்லாம் தென்னூரில் கிடையாது என்றும் தோணியது.

அடுத்த பத்துநாட்களுக்குள் கதிருக்கு சாத்தூரை ரொம்பவும் பிடித்துப் போனது.. காண்டிராக்டர் காரில் விருதுநகருக்குப் போய்ப் புதுப்படம் பார்த்து வந்தார்கள். கோவில்பட்டி திலகராஜ் ஜவுளிக்கடையில் புதிய உடைகள் வாங்கினார்கள். அம்மாவிற்கு இரண்டு புதிய தோழிகள் உருவானார்கள். ரமாவிற்குத் தான் யாரையும் பிடிக்கவில்லை.

“இந்த ஊரு நல்லாவேயில்லை. பேசாம நம்ம ஊருக்கே போயிருவோம்மா “என்று சொல்லிக் கொண்டேயிருந்தாள்.

கதிர் சனி ஞாயிறு இரண்டு நாளும் தெருத்தெருவாகச் சுற்றியலைந்தான். ஊரிலிருந்த இரண்டு சினிமா தியேட்டரிலும் சினிமா பார்த்தான். காமிக்ஸ் புத்தகங்களை வாடகைக்கு விடுவதற்கென்றே ஒரு பெட்டிக்கடை இருந்த்து. அங்கே நாலணா கொடுத்தால் காமிக்ஸ் புக் படிக்கத் தருவார்கள். பெஞ்சிலே உட்கார்ந்து படிக்க வேண்டும். அப்படி நிறையக் காமிக்ஸ் புத்தகங்களைப் படித்தான்.

மூன்று மாத காலத்திற்குள் முழுமையான சாத்தூர்காரன் போலாகியிருந்தான் கதிர். கருப்பையா நாடார் கடையில் கிடைக்கும் ஸ்பெஷல் பரோட்டா கறி சால்னா ருசி

அவனுக்கு மிகவும் பிடித்துப் போனது. சில நாட்கள் இருக்கன்குடி ரோட்டில் பருத்திப்பால் குடித்தான். தியேட்டரில் முட்டை போண்டாவை ஆசையாக வாங்கி சாப்பிட்டான். பவண்டோ குடித்தான்.

அப்பா அடிக்கடி சண்முக நாடார் கடையில் காராசேவும் கருப்பட்டி மிட்டாயும் வாங்கி வருவார். சோறுக்கு தொட்டுக் கொள்ள காரசேவு சுவையாக இருக்கும்

சில நேரம் தனியே ரயில் நிலையம் வரை சென்று தெற்கிலிருந்து வரும் ரயில்களை வேடிக்கைப் பார்த்து வருவான். ஒரு நாள் தேரடி முன்னால் தன்னைத்தானே சவுக்கடித்துக் கொள்ளும் ஒரு ஆளைப் பார்த்தான். அந்த சவுக்கு அவனை பயமுறுத்தியது.

பக்கத்து வீட்டிலிருந்த கோமதியக்காவும், அம்மாவும் மிக நெருக்கமானார்கள். கோமதியக்கா வீட்டில் செய்யும் நண்டு கறியும், முட்டை மசாலாவும் தவறாமல் அவர்களுக்கு வந்து சேர்ந்தன. இந்த ஊரிலே இருந்துவிட வேண்டும். அப்பாவிற்கு டிரான்ஸ்ஃபரே வரக்கூடாது என்று நினைத்தான் கதிர்.

••

கதிரின் பள்ளிக்குச் செல்லும் வழியில் மாவுமில்லை ஒட்டி சக்தி காபி பார் இருந்தது. அதன் வாசலில் மரபெஞ்சும், நாலைந்து பிளாஸ்டிக் நாற்காலிகளும் போட்டிருப்பார்கள். அந்தக் கடையில் உள்ள அலுமினிய தட்டில் எத்தனை சமோசா, வடை இருக்கிறது என்று எண்ணுவது விக்டரின் வழக்கம். முதல்நாளை விட எத்தனை வடை அதிகமாகியிருக்கிறது அல்லது குறைத்திருக்கிறது என்பதைப் பற்றி பேசிக் கொண்டே பள்ளிக்கூடம் செல்வார்கள்.

அன்றைக்கு அப்படி விக்டர் எண்ணிக் கணக்கு சொன்னபோது "நீ தப்பாச் சொல்றே" என்றார் கதிர்.

"அப்போ நீயே எண்ணி கரெக்டா சொல்லு" என்றான் விக்டர்.

எத்தனை சமோசா இருக்கிறது என எக்கிப் பார்க்கும் போது அவனது கை பட்டு தட்டு சரிந்து விழுந்தது.

தட்டிலிருந்த சமோசா, வடை அத்தனையும் மண்ணில் சிதறியது. அதிர்ச்சியில் உறைந்து போனான் கதிர்.

"ஓடுறா கதிர்..." என்று கத்தினான் விக்டர்.

ஆனால் ஓடாமல் கீழே விழுந்தவற்றை குனித்து எடுத்து தட்டில் போட முயன்றான் கதிர்.

கடைக்காரர் கோபத்துடன் அவனது சட்டையைப் பிடித்து உலுக்கியதோடு வலது கன்னத்தில் ஓங்கி அடித்தார். கண்ணில் பூச்சி பறந்தது. காதில் "உய்ங்..." என ரீங்காரம் கேட்டது.

இதுவரை அவனை யாரும் அப்படி அடித்ததேயில்லை. வலியில் கண்ணீர் பீறிட்டது. அத்தோடு தரையில் கிடந்த சமோசாக்களைப் பார்த்தபடியே "தெரியாமல் செய்துட்டேன் அண்ணாச்சி" என்றான் கதிர்.

"உங்க விளையாட்டு மசிருக்கு என் கடை தான் கிடைச்சுதா.. உன் வீடு எங்கடா இருக்கு..?" என்று கேட்டார் டீக்கடைக்காரர்.

"நம்ம ஊருக்கு புதுசா குடி வந்திருக்காங்க அண்ணாச்சி" என்று போட்டுக் கொடுத்தான் விக்டர்.

டீக்கடை அண்ணாச்சி மோசமான வசை ஒன்றை உதிர்த்தபடியே கதிரின் ஸ்கூல் பையைப் பிடுங்கிக் கொண்டு "போ. போயி உங்கப்பனை கூட்டிக்கிட்டு வா" என்று மீண்டும் பிடறியில் அடித்து அனுப்பி வைத்தார். தன்னுடைய ஊரில் யாரும் ஒருமுறைக் கூட இப்படி அடித்ததில்லை. மோசமாகத் திட்டியதில்லை. கதிருக்கு நடுக்கமாக வந்தது. பள்ளி மாணவர்கள் நேரமாகிவிட்டதால் வேகமாக அவனைக் கடந்துப் போய் கொண்டிருந்தார்கள். கால்களில் பலமில்லாமல் போய்விட்டது போல நடுக்கமாக இருந்தது.

விக்டர் அவனைப் பார்த்து நாக்கைத் துருத்தி வக்கணை காட்டியபடியே பள்ளியை நோக்கி நடந்தான்.

••

அப்பாவின் பொதுப்பணித்துறை அலுவலக வாசலில் போய் நின்ற போது கதிருக்கு பயமாக இருந்தது. ஒருவேளை அப்பாவும் அடிப்பாரோ...!

அவன் தயங்கி நிற்பதைக் கண்ட ப்யூன் காளிமுத்து "உள்ளே வா" என்று அப்பாவின் இருக்கையை நோக்கி அழைத்துக் கொண்டு போனார்.

அப்பாவிடம் நடந்தவற்றை திக்கித் தடுமாறி சொன்னான் கதிர்.

அப்பா அவன் கன்னத்தில் பதிந்த தடத்தைப் பார்த்தபடியே "அந்த டீக்கடை எங்கேயிருக்கு" என்று கேட்டார்.

"ஸ்கூல் பக்கத்துல"

அப்பா காளிமுத்துவை உடன் அழைத்துக் கொண்டு "ஜீப்பில் போகலாம்" என்றார்.

அப்பாவின் அலுவலக ஜீப்பில் இதுவரை கதிர் போனதே இல்லை. அவர்கள் ஜீப்பில் சென்று டீக்கடை வாசலில் இறங்கினார்கள்.

அப்பா தன்னுடைய பர்ஸிலிருந்து நூறு ரூபாயை எடுத்து கடைக்காரன் முன்னால் நீட்டியபடியே சொன்னார்.

"இந்தாய்யா உன் காசு.. இதுக்காக என் பையனை அடிப்பியா..?"

"தட்டில இருந்த வடையைத் தட்டிவிட்டா பாத்துட்டு சும்மாவா இருக்க முடியும்" என்று கோபமாகக் கேட்டார் அண்ணாச்சி.

"அதுக்கு கைநீட்டி அடிக்கச் சொல்லுதா..."

"ஆமா அடிச்சேன். அதுக்கு என்ன இப்போ, பெரிய மயிரு மாதிரி சத்தம் போடுறே..."

"உன்மேலே போலீஸ்ல கேஸ் கொடுத்து உள்ளே தூக்கி வைக்க முடியும் பாத்துக்கோ" என்றார் அப்பா.

"வச்சி பாரு.. அப்புறம் தெரியும் நான் யாருனு.. பிழைக்க வந்த நாயி.. என்கிட்டயே முறைக்குறயா.. போடா வெண்ணெய்" உன்னாலே என்ன செய்ய முடியுமோ செய்யுடா, என அப்பாவை அந்த ஆள் மிகவும் கேவலமாகப் பேசிக் கொண்டிருந்தார்

அப்பாவிற்கு பதிலுக்கு சண்டை போடத் தெரியவில்லை. அவருக்கு கெட்டவார்த்தைகள் பேசத் தெரியவில்லை. காளிமுத்து இடையிட்டு பேசி சண்டையை நிறுத்தினார். அப்பாவின் ஜீப்பிலே அவர்கள் வீடு திரும்பினார்கள்.

நடந்தவற்றைக் கேட்டு அம்மா அழுதாள். கதிரை அருகில் அழைத்து கன்னத்தை தடவிக் கொடுத்தாள் அம்மா. ஏனோ அவனது அப்பா டீக்கடைக்காரர் மீது போலீஸில் புகார் தரவில்லை.

அதன்பிந்தைய நாட்களில் அந்த வழியே பள்ளிக்கூடம் போகவே கதிருக்கு பயமாக இருந்தது. அடுத்த சில நாட்களில் அவனுக்கு ஊர் சுத்தமாகப் பிடிக்காமல் போனது.

இந்த ஊர் தன்னுடையதில்லை. இது அப்பாவின் வேலைக்கான ஊர். அவனுக்கென்று இந்த ஊரில் எதுவுமில்லை. எதற்காக இந்த ஊருக்கு வந்தோம். தென்னூருக்கே போய்விடலாமே என்று நினைத்து வருத்தப்பட்டான்.

அதன் பிறகு பள்ளியிலும் வீதியிலும் யாரோடும் பேசாமலும் பழகாமலும் ஒதுங்கி இருக்க ஆரம்பித்தான். படிப்பில் ஆர்வம் காட்டவில்லை.

••

ரமாவைப் போலவே அவனும் "நம்ம ஊருக்குப் போயிரலாம்மா" என்று அடிக்கடி சொல்ல ஆரம்பித்தான்...

இவர்களின் குரலைக் கேட்டுக் கேட்டு அம்மாவும் ஒரு நாள் சொல்ல ஆரம்பித்தாள்,

"பிள்ளைகளுக்கு இந்த ஊர் பிடிக்கல. நாம தென்னூருக்கே திரும்பி போயிரலாங்க."

"மூணு வருஷதுக்கு எங்கேயும் போக முடியாது. என்ன நடந்தாலும் இங்கே தான் இருக்கணும்" என்றார் அப்பா.

"உங்களுக்கு என்ன... பகல்ல ஆபீஸ் போனா ராத்திரி தான் வர்றீங்க. நானும் பிள்ளைகளும் தான் கிடந்து அவதிப்படுறோம்."

"நீ தானே ஊரு மாறணும். வீடு மாறணும்னு புலம்பிக்கிட்டு இருந்தே"

"அது நான் செய்த தப்பு" என்று அம்மா விம்மினாள்.

சாத்தூரை விட்டு போக முடியாது என்ற நிஜம் அவர்கள் வேதனையை அதிகப்படுத்தியது. உப்பில்லாத

சாப்பாட்டைப் பிடிக்காமல் சாப்பிடுவது போல இருந்தது அவர்களின் வாழ்க்கை.

வீடு தந்த நெருக்கடி காரணமாகவோ என்னவோ அப்பா காண்டிராக்டர்களுடன் நெருங்கிப் பழக ஆரம்பித்தார். அவரது பையில் ஆயிரக்கணக்கில் லஞ்சப் பணம் புழங்க ஆரம்பித்தது.

காண்டிராக்டர்கள் செலவில் லாட்ஜில் ரூம்போட்டு குடித்தார். போதையில் சில்லறை விஷயங்களுக்குக் கூடச் சண்டை போட்டார். ஊரை பழிவாங்குவதற்காக அப்படிச் செய்கிறாரோ என்று கதிருக்குத் தோன்றியது.

அன்றாடம் அலுவலகம் விட்டதும் காண்டிராக்டர் நடராஜனின் காரில் கோவில்பட்டி சென்று குடித்துவிட்டு நள்ளிரவில் வீடு திரும்புவார். ஞாயிற்றுக்கிழமைகளில் கூடிக் குடிப்பதற்காக அவரை மதுரை அழைத்துப் போகத் துவங்கினார்கள். பல நாட்கள் போதையில் தடுமாறியபடி அப்பா வாசற்கதவை ஓங்கி தட்டும் சத்தம் உறக்கத்தினுள் அவனுக்குக் கேட்டிருக்கிறது. அது ஒரு மிருகத்தின் காலடி ஓசை போலவே தோன்றியது.

குடிப்பழக்கம் காரணமாக அப்பாவின் உடல் நிலை சீர்கெட ஆரம்பித்தது. படுக்கையிலே மஞ்சளாக வாந்தி எடுத்தார். அதில் ரத்தம் கசிந்திருந்தது. அம்மா அதைக் கண்டு பயந்து போனாள்.

அவர் மீது யாரோ லஞ்சப்புகார் அனுப்பியிருக்கிறார்கள். அவரை விசாரணை செய்யப்போகிறார்கள் என்று ஒரு நாள் அப்பா போதையில் புலம்பியதை கேட்டு அம்மா அதிர்ந்துப் போனாள்.

எதற்காக இந்த ஊருக்கு வந்தோம், ஏன் இத்தனை பிரச்சனை ஏற்படுத்திக் கொண்டோம் என்று அம்மா புலம்பினாள். அந்த வாரம் வெள்ளிக்கிழமை இருக்கன்குடி மாரியம்மன் கோவிலுக்கு வேண்டுதல் செய்து மாவிளக்கு எடுத்தாள். ஆனாலும் அப்பா மாறவேயில்லை.

ஏப்ரல் மாதத்தில் ஒரு நாள் திருவாரூரிலிருந்து அருணா சித்தி அவர்களைக் காண சாத்தூர் வந்திருந்தார். அவர் அம்மாவின் ஒரே தங்கை. பள்ளி ஆசிரியராக வேலை செய்கிறார்.

“எதுக்குக்கா இப்படி சொந்த பந்தம் இல்லாத ஊர்ல கிடந்து அவதிப்படுறே. அத்தான் போக்கும் சரியில்லைன்னு சொல்றாங்க.”

“எல்லாம் என் தலையெழுத்து...” என்றாள் அம்மா.

“கதிரு ஆளே மெலிஞ்சி அடையாளம் தெரியலை.. அவனை வேணும்னா நான் கூட்டிக்கிட்டு போய் படிக்க வைக்கட்டும்மா?” என்றாள் அருணா சித்தி.

“அவனையே கேளு...” என்றாள் அம்மா.

“கதிரு என் கூட வந்துருறயா...”

“இல்லை சித்தி. நான் இங்கே தான் இருப்பேன். வேணும்னா எங்கப்பாவை உங்க கூடக் கூட்டிகிட்டு போயிருங்க நாங்க நிம்மதியா இருப்போம்” என்றான் கதிர்.

“பெரிய மனுசனாட்டம் என்ன பேச்சுப் பேசுறான் பாத்தியாக்கா” என்றாள் அருணா சித்தி.

அவன் பேசியதிலுள்ள உண்மையை ஆமோதிப்பவள் போல அம்மா சொன்னாள்.

“அவன் ஒண்ணும் சின்னபுள்ள இல்ல. நல்லது கெட்டது எல்லாம் தெரியும்.”

அதை ஏற்பது போல கதிர் சொன்னான்,

“இந்த வீட்ல நடக்குறது எல்லாம் உங்களுக்குத் தெரியாது சித்தி. எனக்கு இதை எல்லாம் பாத்துப் பழகிருச்சி.”

“நீ பேசலடா. இந்த ஊரு உன்னை இப்படிப் பேச வைக்குது” என்றாள் சித்தி.

அவள் சொன்னது உண்மை என்று கதிர் உணர்ந்த போதும் அதை ஏற்பது போலத் தலையாட்டவில்லை. சித்தி கிளம்பும் வரை எதையும் காட்டிக் கொள்ளக்கூடாது என்பதுப் போல பாவனையாக நடிக்கத் துவங்கியிருந்தான்.

✦✦✦

கோபத்தின் எடை

நீண்டநேரம் பேருந்தில் அமர்ந்து வந்தது பிரேமாவிற்கு கால் சூகை பிடித்துக் கொண்டது. பேருந்து கோவில்பட்டி வந்து சேர்ந்த போது இரவு மணி பதினொன்று இருபதைத் தாண்டியிருந்தது.

பஸ்ஸை விட்டு இறங்கி காலை உதறிக் கொண்டாள். தலையில் போடப்பட்ட முக்காட்டினை விலக்கி சேலையை சரி செய்து கொண்டாள். மூக்குக்கண்ணாடியில் படிந்த தூசியை சேலை நுனியால் துடைத்துக் கொண்டாள். மனதில் கோபம் நிரம்பிவிட்டால் ஏனோ கால் வீங்கிவிடுகிறது. வீட்டிலிருந்த போதும் இதை உணர்ந்திருக்கிறாள்.

பேருந்து நிலையத்தில் பாதி இருண்டிருந்தது. காலியாக நின்றிருந்த பேருந்து ஒன்றின் டயரை ஒட்டிக்கொண்டு சாக்கடையை நோக்கி வேகமாக ஓடியது பெருச்சாளி. யாருக்கு பயந்து இப்படி ஓடுகிறது. அது தான் மொத்த பேருந்து நிலையமே காலியாகத் தானேயிருக்கிறது. அதன் பயம் அதற்கு!

அழுக்கடைந்து போன பேருந்து நிலையக் கடைகள். பால் பாத்திரத்தை கழுவிக் கொண்டிருக்கும் டீக்கடைக்காரன். திறந்த உடம்போடு காலில் மட்டும் நாலைந்து துணி சுற்றிவைத்திருக்கும் பிச்சைக்காரன். பேருந்து நிலையத்திற்குள்ளாகவே வாழும் கிழட்டு கறுப்பு நாய் என அந்த விசித்திர உலகம் குமட்டும் வாசனையைக் கொண்டிருந்தது. பேருந்து நிலையக்கடைகளுக்கு வந்தவுடன் பழங்கள் தன் ருசியை, வாசனையைத் தானே இழந்துவிடுகின்றன போலும்.

ஊர் வந்து சேர்ந்தபோதும் பிரேமாவின் மனதில் கோபம் வடியவேயில்லை.

பேருந்து நிலைய மணிக்கூண்டில் கடிகாரம் ஓடாமல் நின்றிருந்தது. இதைப்பற்றி யார் கவலைப்படப் போகிறார்கள். கையில் கட்டிய வாட்ச் நின்று போயிருப்பதையே எத்தனையோ தடவை கவனிக்காமல் பிரேமா போயிருக்கிறாள்.

அரக்கோணத்திலிருந்து பஸ் மாறி மாறி கோவில்பட்டி வந்து சேர்வதற்குள் இரவு பதினோறு மணியை கடந்து விட்டிருந்தது. அன்றைக்கு காலையில் இப்படித் திடீரென கோவித்துக் கொண்டுப் பயணிப்போம் என அவள் நினைக்கவில்லை.

சிறிய கோபமாகத் தான் அன்றைய சண்டைத் துவங்கியது. ஆனால் திரவியம் அவளை மிக மோசமாகத் திட்டியதோடு ஆத்திரத்தில் எச்சில்கையோடு அடித்து விட்டான். அத்தோடு சாப்பாட்டுத் தட்டை சமையலறையை நோக்கி வீசி எறிந்தான். சுவரில் பட்டு தட்டு ஓசையோடு உருண்டு போனது. சாம்பார் வழியும் சுவரும், பிய்ந்து சிதறிய தோசையும் அவளது ஆத்திரத்தை அதிகப்படுத்தின. தானும் எதையாவது எடுத்து உடைக்கலாமா என்று நினைத்தாள்.

எதுவும் நடக்காதவன் போல திரவியம் தனது எச்சிற்கையை நிதானமாக கழுவிக் கொண்டிருந்தான். ஆத்திரத்தில் பிரேமா கத்தினாள்.

“போதும் சாமி... நான் கிளம்புறேன். இனிமே இந்த வீட்டுப்படி ஏறமாட்டேன் பாத்துக்கோ”

“சொல்லாதே செய்...” என்றபடி கையில் பவுடரைப் போட்டு முகத்தில் தடவிக் கொண்டான் திரவியம்.

படுக்கையறைக்குள் நுழைந்து ஆரஞ்சு கலர் பையில் தனது துணிகளை அள்ளித்திணித்தாள். பையின் ஜிப் சரியாக வேலை செய்யவில்லை. அதை வேகமாக இழுத்த போது கையோடு பிய்ந்துகொண்டு வந்தது. வேறு பையைத் தேட வேண்டும். பேசாமல் ஒரு கட்டைப்பையை எடுத்துக் கொள்ள வேண்டியது தான் என்றவளாக காய்கறி வாங்கக் கொண்டுச் செல்லும் செல்வி ஸ்டோர் பையை எடுத்து அதில் துணிகளைத் திணித்தாள்.

கிதார் இசைக்கும் துறவி ⌽ 113

இதற்குள் திரவியம் தனது பைக்கில் கிளம்பிப் போயிருந்தான். மின்சாரமில்லாமல் போய் விட்ட வீட்டினைப் போல திடீரென அமைதி பீடித்துக் கொண்டது.

குளித்துவிட்டுக் கிளம்பலாமா என்று தோணியது. ஆனால் அதற்கெல்லாம் நேரமில்லை என்பது போலப் பட்டுப் புடவைகளுக்குள் ஒளித்து வைத்த பணத்தை எடுத்துக் கொண்டு வீட்டைப்பூட்டி சாவியை எடுத்துக் கொண்டாள்.

இந்தச் சாவி எதற்கு என்று கூட அப்போது தோணியது.

அரக்கோணத்திலிருந்து கோவில்பட்டிக்கு நேரடியாக பஸ் கிடையாது. இரண்டு அல்லது மூன்று பஸ் மாறவேண்டும். திருமணமான புதிதில் அப்படி பஸ் மாறிமாறி பயணம் செய்வது சந்தோஷம் அளித்தது. ஆனால் இப்படி திடீரென கோவித்துக் கொண்டு கிளம்பும் போது எதற்காகத் தனது ஊர் அவ்வளவு தொலைவில் இருக்கிறது என்று ஆத்திரமாக வந்தது.

இவ்வளவு தூரம் தள்ளி வந்து எதற்காக ஒரு மாப்பிள்ளையை அப்பா கண்டுபிடித்து திருமணம் செய்து வைத்தார்.

திரவியத்தை அப்பா மருமகன் என்று சொன்னதே இல்லை. ஆர்.ஐ சார் என்று தான் சொல்வார். அது அவனது வேலை. அப்பா அந்த வேலையைப் பெருமையாக நினைத்தார்.

பேருந்துப் பயணத்தின் போது வழி முழுவதும் கடந்தகாலத்தில் நடந்து போன எதையோ நினைத்து குழம்பிக் கொண்டே வந்தாள் பிரேமா. வழியில் பசியெடுத்தபோதும் இறங்கிப் போய் சாப்பிட விருப்பமில்லை. மூத்திரம் பெய்வதற்குக் கூட இறங்கவில்லை. டிசம்பர் மாதம் என்ற போதும் பகலில் வெக்கை அடங்கியிருக்கவில்லை. சூடான வெயில். வீட்டிலிருந்துக் கொண்டு வந்த தண்ணீர் பாட்டிலைத் தான் குடித்தபடியே வந்தாள். அதுவும் பாதியில் தீர்ந்து போயிருந்தது. மேரிகோல்ட் பிஸ்கட்டாவது வாங்கிச் சாப்பிட்டிருக்கலாம். கோபம் எதையும் செய்ய அவளை அனுமதிக்கவில்லை.

இருளை கிழித்துக் கொண்டு விரைந்து வந்த பேருந்து கோவில்பட்டியை நெருங்கியதும் அவளுக்கு தெம்பு வந்தது. தன் அகலமான கையை நீட்டி ஊர் அவளைக் கட்டிக் கொள்வது போலவே உணர்ந்தாள். எச்சிற்கையோடு அவளை அடித்தவன் வீட்டிற்கு இனி திரும்பிப் போகவே கூடாது என்று முடிவு செய்து கொண்டாள்.

பேருந்தை விட்டு இறங்கிய போது தான் கவனித்தாள். அந்தப் பேருந்தில் அவள் ஒருத்தி மட்டுமே பெண். அத்தனை பேரும் ஆண்கள். அர்த்த ராத்திரியில் எந்தப் பெண் இப்படிப் பயணம் போகப் போகிறாள்.

பேருந்து நிலையத்தினை விட்டு வெளியே வந்த போது இரவுக்கடைகளின் டியூப்லைட் வெளிச்சம் கண்ணைக் கூசியது. பசியாக இருந்தாலும் ஏதாவது பரோட்டாக் கடையில் போய் சாப்பிட முடியுமா என்ன? கொத்து பரோட்டா போடும் சத்தம் நாக்கில் எச்சிலைச் சுரக்க வைத்தது. வீட்டிற்குப் போய் சாப்பிட்டுக் கொள்ள வேண்டியது தான் என முடிவு செய்துக்கொண்டாள்.

அவளது வீடு இருந்த கடலையூர் ரோட்டிற்கு .தனியே நடந்து போக முடியாது. அப்பாவை பைக் எடுத்துக் கொண்டு வரச்சொல்லலாமா அல்லது ஆட்டோ பிடித்துப் போய்விடலாமா என்று நினைத்தபடியே கிழக்கு நோக்கி நடந்தாள்.

பேருந்து நிலையத்தை ஒட்டிய உணவகங்கள் எல்லா ஊரிலும் ஒன்று போலவே இருக்கின்றன. வாயில் வைக்கமுடியாத மோசமான உணவு. அநியாயக் கொள்ளை. அதுவும் புளித்துப் போன மாவில் சுட்டுத் தரப்படும் தோசையை எப்படித்தான் சாப்பிடுகிறார்களோ? டீ, காபி என்பது சூடாகத் தரப்படும் மாட்டு மூத்திரம் தான். எல்லா ஊர்களிலும் இதே அநியாயம் தான் நடக்கிறது. இதைப் பற்றி பலரும் புலம்பியதோடு சரி யாராலும் எதையும் செய்ய முடிந்ததில்லை. திரவியம் சில ஊர்களில் இந்தக் கடையாட்களுடன் சண்டை போட்டிருக்கிறான். ஆனாலும் எதையும் மாற்ற முடியவில்லை.

ஆட்டோ ஸ்டாண்டில் ஒரு ஆட்டோக் கூட இல்லை. டிசம்பர் மாத இரவுகள் நோயாளி போன்றவை. பிளாஸ்டிக் காகிதம் ஒன்றினுள் தலையைக் கொடுத்துவிட்டு

கிதார் இசைக்கும் துறவி ϕ 115

வெளியே எடுக்கத் தெரியாமல் நாய் தலையைச் சிலுப்பிக் கொண்டிருந்தது. மிட்டாய்கடைகளை ஒட்டிய உயரமான சோடியம் விளக்கிலிருந்து பரவும் வெளிச்சத்தில் புழுதியேறி நிற்கும் சர்க்யூட் ஹவுஸ் வேப்பமரங்கள் விநோத தோற்றம் தந்தன.

கிழக்கிலிருந்து ஒரு ஆட்டோ வருவதைப் பார்த்தாள். அதன் ஹெட்லைட் வெளிச்சம் அதிகப் பிரகாசம் கொண்டிருந்தது. அந்த ஆட்டோ ஜோதி மிட்டாய்க்கடையை ஒட்டி நின்றுவிட்டது. வேறு யாராவது ஏறுவதற்குள் அதைப் பிடித்துவிட வேண்டும் என்பது போல பையை இழுத்துக் கொண்டு வேகமாக நடந்தாள்.

ஆட்டோ மட்டும் நின்றிருந்தது. டிரைவரைக் காணவில்லை.

பக்கத்திலிருந்த மூத்திர சந்திலிருந்து ஐயப்பசாமிக்கு மாலை போட்டிருந்த ஒருவர் வெளியே வந்தார். நாற்பது வயதிருக்கும். மெலிந்த உருவம். லேசாக நரைத்த தாடி. கறுப்புச் சட்டை. கழுத்தில் காவித்துண்டு, சாய வேஷ்டி. கழுத்தில் 108 மணிகள் கொண்ட துளசிமாலை. இரவிலும் குளித்துவிட்டு வண்டி ஓட்டுகிறார் போலும். நெற்றியில் சந்தனமிருந்தது.

ஆட்டோ அருகில் வந்து நின்றபடியே "எங்கம்மா போகணும்?" என்று கேட்டார்.

வெளிச்சத்தில் அந்த முகத்தை வியப்போடு பார்த்தபடியே இருந்தாள் பிரேமா.

"எங்க போகணும் தாயி" என்று மறுபடியும் கேட்டார்... ஆட்டோ டிரைவர்.

"நீ பரமு தானே" என்று தயக்கத்துடன் கேட்டாள்... பிரேமா.

"ஏன் பேரு உங்களுக்கு எப்படித் தெரியும்."

"மேட்டு ஸ்கூல்ல என் கூடப் படிச்ச. பரமசிவம் தானே" என்று மறுபடியும் கேட்டாள் பிரேமா.

"மேட்டு ஸ்கூல்ல தான் படிச்சேன். ஆனா நீங்க யாருனு தெரியலை."

"பிரேமா லாயல் மில் ரோட்டில வீடு இருந்துச்சு..."

"சிவப்பு ரிப்பன் பிரேமாவா..." என்று கேட்டான் பரமசிவம்

அப்படி அவளை நினைவு வைத்திருப்பவன் அவன் ஒருவனாக மட்டுமே இருக்கக் கூடும். ஒரு சொல்லின் வழியே அவளது பள்ளிப்பருவம் மீண்டு வந்தது.

"அதே பிரேமா தான்" என்றாள்.

"எந்த ஊர்ல இருக்கீங்க. கண்ணாடி வேற போட்டு இருக்கீங்களா ஆள் அடையாளமே தெரியலை."

"அரக்கோணத்துல இருக்கேன். அம்மா வீடு கடலையூர் ரோட்ல இருக்கு."

"வீட்டுக்காரர் வரலையா?" என்று கேட்டான் பரமசிவம். அவள் பதில் சொல்லவில்லை.

அவனாக துணிகள் வைத்திருந்த பையை எடுத்துப் பின்சீட்டில் வைத்தான். ஆட்டோ செல்லத்துவங்கியது. அடைத்துச் சாத்தப்பட்ட கடைகளை, வீடுகளைக் கடந்து ஈரக்காற்றுடன் சென்றுக் கொண்டிருந்தது. வானில் இரண்டு, மூன்று எனக் கூட்டமாக நட்சத்திரங்கள் எதையோ துரத்தி விளையாடிக் கொண்டிருந்தன. வானின் இருளைப் பற்றி அதற்கு பயமே கிடையாது.

"நீயும் ரொம்ப மாறிட்டே" என்றாள் பிரேமா.

"வருஷம் ஆகுதுல்ல! ஆறாம் வகுப்புல ஒண்ணா படிச்சோம். அப்புறம் நான் கழுகுமலைக்குப் போயிட்டேன். படிப்பு நின்னு போச்சு. வடக்கே போயி நானும் பார்க்காத வேலையில்லை. ஆனா கடனுக்கு மேல் கடன் ஆனது தான் மிச்சம். என் பொண்டாட்டி சாத்தூர்க்காரி. ரெண்டு பொம்பளை பிள்ளைக. இந்த ஆட்டோ கூடக்கடன்தான்.. மிச்சமிருக்கிற வாழ்க்கையை எப்படியாவது ஓட்டுனா போதும்னு இருக்கு."

"உன் குரல் அப்படியே இருக்கு... மாறவேயில்லை."

"அதை எல்லாம்மா ஞாபகம் வச்சிருக்கே" என்று வியப்போடு கேட்டான் பரமசிவம்.

கிதார் இசைக்கும் துறவி

“உன்னை இப்படி வழியில் பார்ப்பேனு நினைக்கவே இல்லை.”

“எனக்கு ஸ்கூல்ல படிச்சேன்கிறதே மறந்து போயிருச்சி.”

“எனக்கு அது மட்டும் தான் ஞாபகம் இருக்கு... வீட்டில் தனியா இருக்கும் போது ஒவ்வொருத்தர் பேரா நினைத்துப் பார்ப்பேன்.”

“உங்கப்பா சர்வேயரா வேலை பாத்தார்லே.”

“அது கூட ஞாபகம் வச்சிருக்கியா.”

“சிப்பிக்குள் முத்து படம் பாக்கப்போறப்போ உங்கம்மா கூட நீயும் சினிமா பாக்க வந்திருந்தே. அன்னைக்கு ரெயின்போ ரிப்பன் கட்டியிருந்தே.”

அப்படி ஒரு ரிப்பன் அந்தக்காலத்தில் வந்திருந்தது. அதை ஆசையாக வாங்கிக் கட்டியிருக்கிறாள்.

“நல்ல படம். நான் நிறைய இடத்துல அழுதுட்டேன்” என்றாள் பிரேமா.

“சினிமா பாக்குறதையே விட்டு பத்து பதினஞ்சு வருசமாச்சு” என்றான் பரமசிவம்.

பாவம்! நிறைய கஷ்டங்களை அனுபவித்து விட்டிருக்கிறான் போலும்.

ரோட்டின் இடதுபுறம் டியூப் விளக்குகள் ஒளிர்ந்துக் கொண்டிருந்த தேநீர்க்கடையில் தொலைக்காட்சி ஓடிக்கொண்டிருந்தது. கிரிக்கெட் மேட்ச் பார்க்கும் சிலர் வேடிக்கைப் பார்த்துக் கொண்டிருந்தார்கள்.

அவளை கேட்காமலே பரமு ஆட்டோவை அந்த தேநீர்க்கடையை நோக்கி ஓட்டினான்.

டீக்கடை வாசலில் ஆட்டோவை நிறுத்திவிட்டு கேட்டான்.

“உனக்கு டீயா? காபியா”

“டீ” என்றாள்.

டீ மாஸ்டரிடம் “ஸ்பெஷல் டீ” என்று அவன் சொன்னதைக் கேட்கும் போது மகிழ்ச்சி அதிகமானது.

டீ கிளாஸின் வெளியே வடிந்திருந்த பாலை தனது காவித்துண்டால் துடைத்து விட்டு அவளிடம் நீட்டினான். அந்த அக்கறையை அவள் ரசித்தாள்.

அவள் அந்தத் தேநீரை கொஞ்சம் கொஞ்சமாக ருசித்துக் குடித்தாள். மனதில் கோபம் வடிய ஆரம்பித்திருந்தது. அவள் டீக்குடிப்பதையே பரமசிவம் பார்த்துக் கொண்டிருந்தான். அவள் குடித்து முடித்தபிறகு டீ கிளாஸை அவளிடமிருந்து வாங்கிக் கொண்டு காலியான மேஜை மீது வைத்துவிட்டு அவனே பணம் கொடுத்து வந்தான்.

அதன்பிறகு வீடு வந்து சேரும் வரை அவளுடன் ஒரு வார்த்தைக் கூட பரமு பேசவில்லை.

வாசலை ஒட்டி ஆட்டோவை நிறுத்திவிட்டு அவனே பையை வீட்டு கேட் முன்பாகக் கொண்டு போய் வைத்தான்.

அவள் பர்ஸிலிருந்து எடுத்த பணத்தை வாங்க மறுத்துவிட்டு சிரித்த முகத்துடன் கிளம்பிப் போனான்.

பிரேமா காலிங்பெல்லை அழுத்தினாள். பாதித் தூக்கத்துடன் கண்விழித்த அப்பா கலைந்த தலையுடன் "யாரு?" என்று கலக்கமான குரலில் கேட்டார்.

"நான்தாப்பா..." என்றாள் பிரேமா.

வாசல் லைட்டை போட்டு வெளியே வந்து நின்று பார்த்தார்.

நள்ளிரவில் மகள் தனியே வந்து நிற்கிறாள் என்றதுமே நடந்த விஷயங்கள் அவள் சொல்லாமலே அவருக்கு புரிந்துவிட்டிருந்தன.

அவரது கைகள் கேட்டை திறக்கும்போது நடுங்குவதை கண்டாள்,

அப்பா வீதியை சூழ்ந்திருந்த இருளை வெறித்துப் பார்த்தபடியே இருந்தார். பிரேமா பையை உள்ளே தூக்கிக் கொண்டு நடந்தாள். சோபாவில் பையைப் போட்டுவிட்டு சமையலறைக்குள் சென்று விளக்கைப் போட்டாள். ஒரு சொம்பு நிறையத் தண்ணீர் பிடித்துக் குடித்தாள் பிரேமா.

ஆட்டோவில் வரும்போது அடங்கியிருந்த ஆத்திரம் மீண்டும் தலைதூக்கியது.

அம்மா எழுந்து வந்திருந்தாள்.

“சாப்பிடுறியா...டீ” என்று கேட்டாள்.

“தோசை மாவை எடு” என்றாள் பிரேமா.

அம்மா தோசை மாவை ஃபிரிட்ஜிலிருந்து வெளியே எடுத்து வைத்தபோது அவசரமாக வெங்காயம் வெட்டி சட்னி போட்டாள் பிரேமா.

அவளாக தோசை ஊற்றிச் சாப்பிடுவதை அம்மா பார்த்துக் கொண்டிருந்தாள்.

பிரேமா சொல்லாமலே அவளது சண்டை அம்மாவிற்குப் புரிந்திருந்தது.

“எந்நேரம் புறப்பட்டே” என்று கேட்டாள்.

“பத்தரை மணிக்கு” என்றாள் பிரேமா.

சாப்பிட்டத் தட்டை கழுவுவதற்காகப் போட்டு விட்டு மறுபடியும் சொம்பில் தண்ணீர் பிடித்துக் குடித்தாள்.

பின்பு டைனிங்டேபிளில் அமர்ந்து அம்மாவும் மகளும் பேசத்துவங்கினார்கள். அம்மா சத்தமாக அழுதாள். திரவியத்தைக் கெட்டவார்த்தைகளில் திட்டினாள். அப்பா அவர்களாக வந்து தன்னிடம் நடந்த விஷயங்களைச் சொல்வார்கள் என்பது போல ஹாலில் காத்துக் கொண்டிருந்தார்.

அவர்கள் அவரிடம் ஒரு வார்த்தை பேசவில்லை. தண்ணீர் குடிக்க வருவது போல இரண்டு முறை உள்ளே வந்து போனார். அவர்கள் பேச்சை அருகில் அமர்ந்து கேட்கவில்லை.

விடிகாலை வரை அம்மாவும் மகளும் பேசிக் கொண்டிருந்தார்கள். இருவரும் ஒன்றாக சமையல் அறையிலே உறங்கினார்கள். காலையில் அப்பா எழுந்து வந்தபோது இருவரையும் காணவில்லை. ஏழு மணிக்கு அவர்கள் வீடு திரும்பிய போது தான் கோவிலுக்குப் போய் வந்திருப்பது தெரிந்தது.

அம்மா கண்டிப்பான குரலில் சொன்னாள்,

“அவன் மேல கேஸ் கொடுத்து உள்ளே தூக்கி வைக்கணும்.”

"என்ன நடந்துச்சு அதைச் சொல்லு முதல்ல."

"அந்த குரங்கு பயலைப் பற்றித் தெரியாதாக்கும். எச்சிக் கையாலே அடிச்சிருக்கான்."

"எதுக்கு அடிக்கிறான். இவ என்ன செய்தா?"

அதைக்கேட்ட மாத்திரம் பிரேமாவிற்கு ரௌத்திரமானது.

"ஆமாம்பா. தப்பு என்மேல தான். நான் தான் லூசு."

"அப்படியில்லம்மா. எதுக்குச் சண்டைனு கேட்டேன்."

"என்னாலே முடியலப்பா. இனிமே நான் அங்க போகவே மாட்டேன்."

"இப்படி பேசினா எப்படிம்மா. எத்தனை நாள் இங்க இருக்க முடியும்."

"உங்களாலே முடியலைன்னா சொல்லிருங்க நான் செத்துப் போயிடுறேன்" என்று வெடித்து அழுதாள்.

அவளது அழுகை அம்மாவையும் தொற்றிக் கொண்டது.

"ஒத்தைப் பொம்பளை புள்ளய பெத்து இப்படி ஒரு குரங்கு கைல பிடிச்சி குடுத்துருக்கோம். அவனை உங்களாலே ஒண்ணும் செய்ய முடியலை."

"என்ன செய்யணும்கிறே."

"அவன் ஜெயிலுக்குப் போகணும். என் மகளை அடிச்ச அவன் கையை உடைக்கணும்."

"பிரேமா... நீ அழுறதை நிப்பாட்டு. நான் மாப்பிள்ளையைக் கேட்குறேன்."

"நீங்க ஒண்ணும் கேட்க வேண்டாம். நான் இங்க தான் இருக்கப் போறேன். இது என் வீடு இல்லையா?"

"சரிம்மா... உன் இஷ்டம்" என்றார்.

பிரேமா உள்ளே போய் மெத்தையில் படுத்துக் கொண்டாள். தனது செல்ஃபோனை எடுத்துக் கொண்டு மொட்டைமாடிக்குப் போனார் அப்பா.

அவர் திரும்பி வந்தபோது பிரேமாவும் அம்மாவும் கீரை ஆய்ந்து கொண்டிருந்தார்கள்.

"மாப்பிள்ளை ஃபோன் எடுக்கல."

"அந்த நாய் பயகிட்ட உங்களை யாரு பேச சொன்னா.. நமக்கு நம்ம பொண்ணு முக்கியம். அவனை லேசுல விடக்கூடாது" என்றாள் அம்மா.

"புரியாம பேசாத ரஞ்சிதம். அவங்க சண்டை என்ன இன்னைக்கு நேத்தா நடக்குது. கல்யாணமாகி பனிரெண்டு வருசமாச்சு, புள்ளை இல்லை."

"அது இல்லை பிரச்சனை அவன் பழக்கவழக்கம் சரியில்லை. தண்ணிவண்டியா ஆகிட்டான்."

"ஆனா பேச்சுப் பழக்கம் மரியாதையா தானே இருந்துச்சு?"

"அதெல்லாம் வெறும் நடிப்பு. இத்தனை வருஷமும் உங்களாலே ஒண்ணும் பண்ண முடியலே."

அதற்கு அவரிடம் பதில் இல்லை. மகளுக்கு ஏற்படும் வேதனைகளைப் பார்த்துக் கொண்டும் எதுவும் செய்யமுடியாமல் போகும் வலியை அவரால் சொல்ல முடியவில்லை. திடீரென ஒரு இரவிற்குள் அவரது நரைத்த தாடி அதிகமாகியிருந்தது. கைகள் நடுங்குவதை மறைக்க முடியவில்லை.

வீட்டிற்குள் நடப்பதற்கே மூச்சு வாங்கியது. சவரம் செய்து கொள்ள விருப்பமில்லாமல் போயிருந்தது.

தனது சாய்வு நாற்காலியில் சாய்ந்து கொண்டபடி தொலைக்காட்சி செய்திகளைப் பார்க்கத் துவங்கினார்.

அரக்கோணம் என்று செய்தியில் எது வந்தாலும் அது மகளோடு தொடர்பு கொண்டதாகவே அவருக்குத் தோன்றுவது வழக்கம். இன்றைக்கு செய்தி கண்ணில் படுகிறது. ஒரு சொல் கூட மனதிற்குள் செல்லவில்லை.

மதியம் மாப்பிள்ளையே ஃபோனில் அழைத்திருந்தார். அவரிடம் எப்படிப் பேசுவது என்று கூடத் தெரியவில்லை. தானே அடுத்த ஞாயிற்றுக்கிழமை கோவில்பட்டி வந்து பிரேமாவை கூட்டிப் போவதாகச் சொன்னார்.

"நீங்க தான் மாப்பிள்ளை பாத்துக்கணும்..." எனும் போது அப்பா தன்னை அறியாமல் விம்மினார். நல்லவேளை வீட்டில் யாரும் பார்க்கவில்லை.

இரவில் பிரேமாவிடம் சொன்னபோது அவள் உறுதியான குரலில் சொன்னாள்,

"நான் போக மாட்டேன். அந்த ஆளும் இங்க வரக்கூடாது."

"இப்படி பேசினா எப்படிம்மா..."

"அப்பா... உங்களுக்கு ஒண்ணும் தெரியாது. நீங்க அந்த ஆள் கூட வாழ்ந்து பாருங்க தெரியும்."

அவளது பதிலை மீறிச் சொல்ல அவரிடம் ஒரு வார்த்தை இல்லை.

அதன் பிந்தைய நாளில் அம்மாவும் அவளும் ஒரு ஜோசியக்காரரைப் பார்த்து வந்தார்கள். அதைப் பற்றி அப்பாவிடம் எதையும் சொல்லிக் கொள்ளவில்லை. அம்மாவும் அவளும் ஜவுளிக்கடைக்குப் போய்வந்தார்கள். அடர் பச்சை வண்ணப் புடவை ஒன்றை பிரேமா வாங்கிக் கொண்டாள்.

தன் வீட்டில் என்ன நடக்கிறது என்றே அப்பாவிற்குப் புரியவில்லை.

அந்த புதன்கிழமை சங்கரன்கோவிலிலிருந்து வள்ளி நாயகம் மாமா வந்திருந்தார். அது தற்செயல்தானா இல்லை அப்பா தான் வரச்சொன்னாரா என்று தெரியவில்லை. அவர் பிரேமாவிற்கு நிறைய அறிவுரைகளை வழங்கினார்.

"மாப்பிள்ளைக்கு இந்தப் பக்கம் டிரான்ஸ்பர் வாங்கிட்டு வரச்சொல்லிடுவோம், நம்ம பக்கத்துல இருந்தா எல்லாம் சரியாகிடும்" என்றார்.

பிரேமாவிற்கு அந்த வீட்டில் அதிக நாட்கள் இருக்க முடியாது என்ற உண்மை புரியத் துவங்கியது.

"நானும் உங்க அப்பாவும் உன்கூட வந்து அரக்கோணத்தில நாலு ஐந்து நாள் இருக்கோம். மாப்பிள்ளைக் கிட்ட நான் பேசுறேன். நீயும் கொஞ்சம் வாயை அடக்கிட்டு இருக்கணும்மா" என்றார் வள்ளி நாயகம்.

அவர் பேசிக்கொண்டிருக்கும் போதே அவள் எழுந்து கழிப்பறைக்குச் சென்று தாழிட்டுக் கொண்டாள்.

கிதார் இசைக்கும் துறவி ф 123

வள்ளிநாயகம் மாமா போகும் வரை வெளியே வரவேயில்லை.

கோவித்துக் கொண்டு வீட்டை விட்டு திடீரெனக் கிளம்பியது போலவே அம்மா வீட்டிலிருந்தும் பின் மதியத்தில் தனது பையை எடுத்துக் கொண்டு புறப்பட்டாள்.

"நான் பஸ் ஸ்டாண்டில கொண்டு வந்து விடுறேன்மா" என்றார் அப்பா.

"நான் போய்க்கிறேன்" என்று கோபமாகச் சொன்னாள் பிரேமா.

அப்பா தெரிந்த ஆட்டோவிற்கு ஃபோன் செய்து கொண்டிருந்தார். அதற்குள் அவள் வாசற்கதவைத் தாண்டி வெளியே வந்தாள்.

அந்த வீடும், மகிழ மரமும், சாலையும் அந்நியமாகத் தெரிந்தன.

இரவில் வந்தது போல திடீரெனத் தன்முன்னே பரமு ஆட்டோவில் வந்துவிட மாட்டானா என்று ஆசையாக இருந்தது.

அவள் பையோடு வெயிலில் நடக்க ஆரம்பித்திருந்தாள். அவளுக்கே தான் சிவப்பு ரிப்பன் சிறுமியாக இருந்தபோது எப்படியிருந்தோம் என்று ஞாபகமில்லை. ஆனால் அது பரமு நினைவில் பசுமையாக இருக்கிறதே என நினைத்தபடியே நடந்தாள். பரமுவிற்கு தான் வீட்டில் கோவித்துக் கொண்டு வந்தது பற்றித் தெரிந்திருக்குமா. அதை அவள் முகம் காட்டிக் கொடுத்திருக்குமா. தெரிந்தால் என்ன தப்பு? யார் வீட்டில் சண்டை நடக்கவில்லை?

நூருல் ஸ்டோரைத் தாண்டி அவள் நடந்தபோது திரும்பிப் பார்த்தாள்.

கையில் ஒரு கறுப்பு குடையுடன் அப்பா மூச்சுவாங்க நடந்து வந்துக் கொண்டிருந்தார். அப்படி அவரைப் பார்க்க வருத்தமாகியது.

அவர் நெருங்கி வரும் வரை பால்பூத்தை ஒட்டி நின்று கொண்டிருந்தாள். அருகில் வந்து பேசமுடியாமல் வாய் உலர்ந்த நிலையில் அப்பா சொன்னார்.

"நான் என்னம்மா செய்யட்டும்?"

அதைக் கேட்டபோது அவளுக்கு வருத்தம் அதிகமானது.

"நான் போய்க்கிறேன்பா..." என்றாள் பிரேமா.

"பஸ் ஸ்டாண்ட் வரைக்குமாவது கூட வர்றேன்மா..." என்று சொல்லிவிட்டுத் தலைகவிழ்ந்துக் கொண்டார். அவரை இப்படிக் காணும் போது யாரோ ஒரு கிழவரைக் காணுவது போலிருந்தது.

அவரை ஏன் வருத்தப்படுத்த வேண்டும் என்பது போல நினைத்தவளாக அவரோடு இணைந்து நடக்க ஆரம்பித்தாள்.

வீதியில் படர்ந்திருந்த வெயில் ஒரு சாட்சியம் போல அவர்களைப் பார்த்துக் கொண்டிருந்தது.

சிறிய கண்டுபிடிப்பாளன்

அசோக் ராஜன் இன்றைக்கும் பத்திரிக்கையாளர்களை வரவழைத்திருந்தார்.

மாதம் ஒருமுறை ஏதாவது புதிய கண்டுபிடிப்புகளை பற்றிச் சொல்லி பத்திரிக்கையாளர்களின் கேலிக்கு ஆளாவது அவரது வழக்கம். ஆனால் அதனால் அவர் மனச்சோர்வடைவதில்லை. உற்சாகமாகப் புதிய கண்டுபிடிப்புகளை நோக்கி நகர்ந்துவிடுவதுண்டு.

அன்றைய சந்திப்பிற்கு ஆறு பத்திரிக்கையாளர்கள் வந்திருந்தார்கள். அசோக் ராஜன் தானே தயாரித்த தேநீரை அவர்களுக்கு வழங்கினார். தேநீரை அருந்தியபடியே ஒரு பத்திரிக்கையாளர் "ஏன் இப்படி முட்டாள்த்தனமான வேலையைத் தொடர்ந்து செய்கிறீர்கள்" என்று கேட்டார்.

அதற்கு ராஜன் புன்சிரிப்போடு "ஏற்றுக் கொள்ளப்படும் வரை எல்லாக் கண்டுபிடிப்புகளும் முட்டாள்த்தனமானவை தான். மின்சாரத்தில் சோறு சமைக்க முடியும் என்று என் பாட்டியிடம் சொல்லியிருந்தால், போடா முட்டாள்...! உளறாதே, என்று தான் சொல்லியிருப்பாள். ஆனால் இன்று எலக்ட்ரிக் குக்கர் வந்துவிட்டதே" என்றார்.

"இந்தப் பைத்தியக்காரத்தனம் உங்களுக்கு எப்போது துவங்கியது?" என்று ஆங்கிலத் தினசரியின் செய்தியாளர் மிருதுளா கேட்டாள்.

"பேனாவிற்கு மை ஊற்றத் தெரியாமல் சிந்திய நாளிலிருந்து. அதற்கு நானே ஒரு கருவியைக் கண்டுபிடித்தேன். அது பேனாவில் சரியான அளவிற்கு மை ஊற்றும். என் பள்ளி

வாழ்க்கை முடியும் வரை அதை ரகசியமாக வைத்திருந்தேன். உலகிற்கு அந்தக் கண்டுபிடிப்பை அறிமுகம் செய்வதற்குள் மை ஊற்றும் பேனாக்களின் காலம் முடிந்துவிட்டது." என்று சிரித்தபடியே சொன்னார் அசோக் ராஜன்.

"இன்றைக்கு என்ன புதிய கண்டுபிடிப்பை உலகிற்கு அறிமுகம் செய்ய இருக்கிறீர்கள்?" என்று நக்கலாக கேட்டார் ஒரு பத்திரிக்கையாளர்.

"கைதட்டும் கண்ணாடி" என்று சொன்னார்.

அதைப் பார்க்க பத்திரிக்கையாளர்கள் ஆர்வமாக காத்திருந்தார்கள். அவர்களைத் தனது அறையின் சுவரில் மாட்டப்பட்டிருந்த நிலைக்கண்ணாடி ஒன்றின் முன்பாக அழைத்துச் சென்றார்.

"இந்தக் கண்ணாடி முன்னால் நின்றால் எவ்வளவு அழகாக இருக்கிறீர்கள் என்று மதிப்பீடு செய்யும். உங்களை அழகுப்படுத்திக் கொள்ள உதவிக்குறிப்புகள் வழங்கும். உங்கள் முகம் மிகவும் அழகாக இருந்தால் கைதட்டுகள் கிடைக்கும். இது கைதட்டும் கண்ணாடி... எப்படி எனது கண்டுபிடிப்பு?"

"அபாரம்" என்றபடி பாஸ்கரன் என்ற மூத்த பத்திரிக்கையாளர் கண்ணாடி முன்பு நின்றார். அதில் அவரது தோற்றத்தின் அருகே 18.2 சதவீதம் அழகானவர் என்ற கிராஃப் தோன்றியது. அவர் எவ்வளவு அழகுப்படுத்திக் கொண்டாலும் 28 விழுக்காட்டைத் தாண்ட முடியாது என்ற குறிப்பைக் கண்ணாடி சொன்னது. ஏமாற்றத்தை மறைத்துக் கொண்டு அவர் "வயசாகிருச்சில்லே" என்று சமாதானம் சொல்லியபடி இருக்கையில் அமர்ந்தார்.

மிருதுளா அந்தக் கண்ணாடி முன் போய் நின்றாள். அவளுக்குக் கண்ணாடி 32.4 சதவீதம் அழகு என்று காட்டியது. அதை அவளால் ஏற்க முடியவில்லை. கண்ணாடி பொய் சொல்கிறது என்று குற்றம் சாட்டினாள். பத்திரிக்கையாளர்கள் ஒருவருக்கும் கைதட்டு கிடைக்கவில்லை.

ஆனால் ஆச்சரியமாக அசோக் ராஜன் கண்ணாடி முன்பு நின்ற போது கைதட்டுகள் கிடைத்தன.

கிதார் இசைக்கும் துறவி ϕ 127

“சார் இது போங்காட்டம். உங்க முகம் மட்டும் அழகா? கண்ணாடி கைத்தட்டுதே” என்று கேட்டாள் மிருதுளா.

“அதான் எனக்கும் புரியலை” என்றபடியே அவர், மறுபடியும் கண்ணாடியின் முன்பு நின்றார். அது பலத்த சத்தமாகக் கைதட்டியது. அவரால் நம்ப முடியவில்லை. தான் உண்மையில் அழகன் தானா! ஆனால் பத்திரிக்கையாளர்களை ஏமாற்றம் அடையச் செய்த அந்தக் கண்டுபிடிப்பு மறுநாள் கேலி செய்தியாக வெளியாகியிருந்தது.

அந்த ஏமாற்றத்தை மறந்து அடுத்த கண்டுபிடிப்பை நோக்கி நகர்ந்திருந்தார். இந்த உலகில் பெரிய கண்டுபிடிப்புகளை நிகழ்த்துவதற்கு அறிவாளிகள், விஞ் ஞானிகள் இருக்கிறார்கள். ஆனால் அன்றாட வாழ்க்கையை மேம்படுத்தும் எளிய கண்டுபிடிப்புகளுக்குத்தான் ஆட்கள் குறைவு. யாரும் அவர்களைப் பொருட்படுத்துவதில்லை என்பதை அசோக் ராஜன் உணர்ந்திருந்தார்.

தனது கண்டுபிடிப்புகள் பெரிதும் பெண்களுக்கானவை. அதுவும் குடும்பத் தலைவிகளுக்கானது என அவர் நம்பினார். உயரத்திலிருக்கும் மின்விசிறியில் படிந்துள்ள தூசியைத் துடைப்பதற்காக நீளமான செயற்கை கைகளை அவர் உருவாக்கினார். பற்பசையைக் கடைசி வரை பயன்படுத்தும் பிதுக்கும் கருவியைக் கண்டுபிடித்தார். பால்பாக்கெட்டை துளிப் பால் சிந்தாமல் துளையிடும் கருவியை உருவாக்கினார். வீட்டில் யாரும் தனக்கு குட்மார்னிங் சொல்வதில்லையே என குடும்பத் தலைவி படும் ஏக்கத்தைப் போக்கும் வகையில் குட் மார்னிங் சொல்லும் அடுப்பை உருவாக்கினார். பொட்டலம் கட்டி வரும் நூல்களைச் சேகரித்து பெரிய நூற்கண்டாக்கும் கருவியைக் கூட கண்டுபிடித்தார். ஆனால் எல்லாமும் தோல்வியில் தான் முடிந்தன. அதனால் என்ன கண்டுபிடிப்புகள் நமது தேவையை அடையாளம் காட்டுகிறதே என சந்தோஷப்பட்டுக் கொண்டார்.

தொடர் தோல்விகளுக்குப் பிறகு அசோக் ராஜன் ஆறு மாதங்களுக்கும் மேலாக பத்திரிக்கையாளர்களைத் தனது வீட்டிற்கு அழைக்கவேயில்லை.

திடீரென ஒரு நாள் காலை அவர்களைத் தனது வீட்டிற்கு அழைத்திருந்தார். அவரது முட்டாள்த்தனமான கண்டுபிடிப்புகளைப் பற்றி அறிந்து கொள்ளக் கொஞ்சம்

வாசகர்கள் இருந்தார்கள் என்பதால் பத்திரிக்கையாளர்களும் அவரைத் தேடி வந்திருந்தார்கள்.

இந்த முறை அசோக் ராஜன் மிகுந்த உற்சாகத்துடன் இருந்தார்.

"என்ன சார் ரொம்ப சந்தோஷமா இருக்கீங்க."

"நான் டைம் மெஷினை உருவாக்கியிருக்கேன்" என்றார்.

"H G வெல்ஸ் காலத்தில இருந்து சொல்லிக்கிட்டே இருக்காங்க. எதையும் நம்பமுடியலையே" என்றார் சுதர்சன்.

"நான் கண்டுபிடிச்சிருக்கிறது, பெரிய இயந்திரம், ஒரு சாதாரண சைக்கிள் இல்லை."

"காலசைக்கிளா" என்று கேட்டார் பாஸ்கரன்.

"கரெக்ட். என்னோட சைக்கிளை வச்சி ஒரு நாள் பின்னாடி போயிட்டு வர முடியும்."

"நேற்றைக்கும் இன்றைக்கும் என்ன பெரிய மாற்றம் வந்துருச்சு. திரும்பப் போய் பாக்குறதுக்கு?"

"இங்க தான் தப்பு பண்ணுறீங்க. நேத்து வாங்கின மாத்திரையை எங்கே வச்சேனு ஞாபகமில்லே. சிலர் இப்படி வீட்டு சாவியை, பர்ஸை தொலைச்சிடுறாங்க. ஏன் தயிருக்கு உறை ஊற்ற மறந்துட்டவங்களுக்கு ஒரு நாள் முன்னாடி போய் அதை சரி செய்ய முடிஞ்சா நல்லா இருக்கும்லே."

"அதுவும் சரிதான், என்றார் ஸ்டீபன்."

அசோக் ராஜன் தனது சைக்கிளை அவர்களிடம் காட்டினார். இளஞ்சிவப்பு வண்ண சிறார் சைக்கிள் போலிருந்தது. அதில் ஐபேட் போல ஒரு கருவியைப் பொருத்தியிருந்தார். சற்றும் பொருத்தமில்லாத நீலநிறத்தில் அமரும் இருக்கை உருவாக்கப்பட்டிருந்தது.

"இன்னைக்கு காலையில இந்த காலசைக்கிள்ல பின்னாடி போய் டிரையல் பார்த்தேன். நம்ப முடியாத அனுபவமா இருந்தது என்றபடியே அவர் தனது சைக்கிளை ஒட்டி வைத்திருந்த பிளாஸ்டிக் கூடையை அவர்கள் முன் நகர்த்தினார். அதில் சில பொருட்கள், துணிகள் கிடந்தன. ஒரு டிபன் பாக்ஸினை திறந்து காட்டி சொன்னார்,

கிதார் இசைக்கும் துறவி ϕ 129

“பாஸ்கரன் சார், இது உங்க வீட்டில நேற்று செய்த பூரி, சென்னா மசாலா. நான் சொல்றது சரிதானானு டேஸ்ட் பண்ணி சொல்லுங்க.”

அசோக் ராஜன் சொல்வது உண்மை. பாஸ்கரன் வீட்டில் நேற்றிரவு பூரி, தான் செய்தார்கள். அவர் டிபன் பாக்ஸில் இருந்த பூரி சென்னா மசாலாவை சாப்பிட்டுவிட்டு “எங்க வீட்டு பூரியே தான்” என்றார்.

இது போல மிருதுளா வீட்டில் அவள் நேற்று புதிதாக வாங்கிய ஹேண்ட்பேக், அவரது கூடையில் இருந்தது. இது போல நேற்று அணிந்திருந்த சட்டை, கோவிலில் வாங்கிய குங்கும பொட்டலம், நேற்றுப் பார்த்த சினிமா டிக்கெட் என ஒவ்வொன்றாக அவர்களிடம் எடுத்துக் காட்டினார்.

“சார். இது எல்லாம் உங்க கிட்ட எப்படி வந்துச்சு. எங்களாலே நம்பவே முடியலை.”

“அது தான் டைம் டிராவல்.”

“இது மாதிரி சினிமாவில தான் பாத்திருக்கோம். காலத்தின் பின்னாடி போறது நிஜம் தானா?”

“நிஜமே தான். இனிமே இந்த சைக்கிளை வீட்டுக்கு ஒண்ணு வாங்கி வச்சிக்க வேண்டியது தான்.”

“உங்க சைக்கிள்ல நாங்க போய் பாக்கலாமா?”

“அதுக்குத் தானே வரவச்சிருகேன். அந்த அதிர்ஷ்டசாலி யாருனு நீங்களே முடிவு பண்ணுங்க.”

“உங்களை நம்பவே நம்பாதவர் சிதம்பரம் தான். அவரே போய்ட்டு வரட்டும்.”

“என்ன சிதம்பரம்! டைம் டிராவல் பண்ண ரெடியா?”

“அதெல்லாம் வேணாம் சார். நேத்தைக்கும் இன்னைக்கும் லைஃப்ல ஒரு வித்தியாசமில்லை. அதே கடன்காரன். வீட்ல அதே இம்சை.”

“எங்களுக்காக ஒரு ட்ரிப் போயிட்டு வாங்க சார்” என அனைவரும் ஒன்றாகக் குரல் கொடுத்தார்கள்.

“ டைம் மெஷின்ல போய்ட்டு வர எவ்வளவு நேரமாகும்?”

“முப்பது நிமிஷம்” என்றார் அசோக் ராஜன்.

சைக்கிளை வீட்டின் முன்னால் கொண்டு போய் நிறுத்தினார் அசோக் ராஜன். சிதம்பரம் வேண்டா வெறுப்புடன் சைக்கிளில் ஏறி அமர்ந்தார். ராஜன் சைக்கிளின் இயந்திரத்தை இயக்கியபடி சொன்னார்,

"சார் இதை ஆபரேட் பண்ணுறது ரொம்ப சிம்பிள். ரெட் பட்டனைத் தொட்டா பின்னாடி போகும். இந்த யெல்லோ பட்டனைத் தொட்டா இன்னைக்கு திரும்ப வந்துடலாம்.

சைக்கிள் நகரவேயில்லை. அசோக் ராஜன் ஏமாற்றத்துடன் தனது கருவியை சரி செய்தார். சைக்கிள் லேசாகச் சுழலத் துவங்கியது. கடற்கரையில் சைக்கிள் விடும் முதியவரைப் போல மிக மெதுவாக சைக்கிள் ஓட்டிக் கொண்டு போனார் சிதம்பரம். நூறடி போவதற்குள் சைக்கிள் காற்றில் மறைந்து போனது. அவர்களால் நம்ப முடியவில்லை. பலமாகக் கைதட்டி பாராட்டுக்களைத் தெரிவித்தார்கள்.

சிதம்பரம் திரும்பி வருவதற்காக காத்திருந்த நேரத்தில் அசோக் ராஜன் காலம் பற்றிய தனது விசித்திர எண்ணங்களை அவர்களுடன் பகிர்ந்துக் கொண்டார். அரைமணி நேரத்தில் திரும்ப வேண்டிய சிதம்பரம் இரண்டு மணி நேரமாகியும் திரும்பவில்லை.

"நேற்று டிராஃபிக் ரொம்ப இருந்துச்சில்லே அதான்" என்றார் பாஸ்கரன்.

ஆனால் சிதம்பரம் அன்றிரவாகியும் திரும்பிவரவில்லை. காலசைக்கிளில் மறைந்து போன பத்திரிக்கையாளர் என மறுநாள் செய்தித்தாளில் வெளியாகியிருந்தது. அசோக் ராஜன் காவல்துறையால் விசாரணைக்கு அழைத்துச் செல்லப்பட்டார்.

காலசைக்கிள் வேலை செய்யவில்லையா?

சிதம்பரத்திற்கு என்ன நடந்தது?

அசோக் ராஜனால் எதையும் கண்டறிய முடியவில்லை. உண்மையில் கால இயந்திரத்தைப் பயன்படுத்தி சிதம்பரம் தனது கடன்காரர்களிடமிருந்து தப்பி மறைந்து வாழுகிறார் என்றொரு வதந்தியும் பரவியிருந்தது. எது உண்மை எனத் தெரியவில்லை.

கிதார் இசைக்கும் துறவி ♦ 131

அசோக் ராஜன் கைது செய்யப்பட்டு சிறையில் அடைக்கப்பட்டார்.

அங்கே படிப்பறில்லாதவர்கள் புத்தகம் படிப்பதற்கான மூக்குக்கண்ணாடி ஒன்றை உருவாக்கியிருக்கிறார் என்றும் அந்த கண்ணாடியை அணிந்து கொண்டால் புத்தகத்திலுள்ளதை வாசித்துச் சொல்கிறது என்றும் பேசிக் கொண்டார்கள்.

இது உண்மை என்பதற்கு சாட்சியமாக சிறை நூலகத்தில் பலரும் மூக்குக்கண்ணாடி அணிந்துக் கொண்டு படிக்கும் புகைப்படம் நாளிதழில் வெளியாகியிருந்தது.

உங்களால் இதை நம்ப முடியவில்லை என்றால், படிக்கும் போதே அந்தக் காட்சியைப் பார்க்கவும் கூடிய புதிய கருவி ஒன்றைக் கண்டுபிடிக்க அசோக் ராஜனிடம் தான் சொல்ல வேண்டும்.

❖❖❖

வகுப்பறையில் ஒரு திமிங்கலம்

பவித்ரா தனது இடது கையை உயர்த்தி ஆங்கிலத்தில் சத்தமாகச் சொன்னாள்.

"வகுப்பு முடிய இன்னும் ஐந்து நிமிஷம் தானிருக்கிறது."

அதைக் கேட்டதும் மாணவர்கள் சிரித்தார்கள். அவளது கேலியை கவனிக்காமல் சிவானந்தம் மோபிடிக் நடத்திக் கொண்டிருந்தார்.

வகுப்பறையிலிருந்த மாணவர்களில் எவரும் பாடத்தை கேட்டதாகத் தெரியவில்லை. ஏன் இவர்கள் உலகப் புகழ்பெற்ற நாவல் ஒன்றை அறிந்து கொள்ள மறுக்கிறார்கள். ஒருவர் கையில் கூட நாவலில்லை. விலைக்கு வாங்க முடியாவிட்டாலும் நூலகத்திலிருக்கிறதே. அதை இரவல் பெற்று வரலாமே. எத்தனையோ முறை சொல்லிவிட்டார். மாணவர்கள் கேட்பதாகயில்லை.

அந்த ஆண்டு எம்.ஏ. ஆங்கில இலக்கியம் படிக்க முப்பத்தியாறு மாணவர்கள் சேர்ந்திருந்தார்கள். அதில் இருபத்தியாறு பேர் பெண்கள். ஆகவே முன்வரிசை முழுவதும் மாணவிகளே அமர்ந்திருந்தார்கள்.

பேட்ரிக் கல்லூரி கிறிஸ்துவத் திருச்சபையால் நடத்தப்படுவது. அதுவும் ஐம்பது ஆண்டுகளுக்கு மேலாக நடத்திவருகிறார்கள் என்பதால் மக்களிடம் அந்தக் கல்லூரிக்கு தனிமதிப்பு இருந்தது.

சிவானந்தம் அந்தக் கல்லூரியில் வேலைக்குச் சேர்ந்து பதினாறு வருஷங்களாகிறது. அதற்கு முன்பு இரண்டு

வருடங்கள் ஆந்திராவின் நெல்லூரில் தனியார் பள்ளி ஒன்றில் ஆங்கில ஆசிரியராக வேலை செய்து வந்தார். பிடிக்காத வேலையைத் தொடர்ந்து செய்யும் போது தோலில் தேமல் போல அலர்ஜி ஏற்படுகிறது. உடல் தனது எதிர்ப்பை காட்டிவிடுகிறது. அவர் தோல் நோயால் அவதிப்பட்டு சிகிச்சை எடுத்துக் கொண்டபோது அவரது மனைவி சுசிலா சொன்னாள்,

“இந்த வேலையும் ஊரும் உங்களுக்கு பிடிக்கவேயில்லை. வேறு வேலை தேடுங்கள். நாம மாறிப்போயிடுவோம்.”

பேட்ரிக் கல்லூரியில் அவருக்கு வேலை வாங்கித் தந்தவர் பாதர் செபஸ்டியன். அவர் ஆங்கிலத் துறையின் தலைவராக இருந்தார். இங்கிலாந்தில் படித்தவர். அத்தோடு மெல்வில் நாவல்கள் குறித்து ஆய்வு செய்து டாக்டர் பட்டம் வாங்கியவர். ஆகவே தன்னைப் போலவே மெல்வில் மீது பைத்தியமான சிவானந்தத்தைத் தனது துறையிலே வேலைக்கு எடுத்துக் கொண்டார்.

மோபிடிக்கை பாடம் நடத்தும் நாட்களில் சிவானந்தம் மிகவும் உற்சாகமாக உணருவார். கல்லூரி வளாகத்திற்குள்ளாகவே ஆசிரியர்களுக்கான குடியிருப்பு இருந்தது. அதில் ஒன்றில் தான் சிவானந்தம் குடியிருந்தார். வீட்டிலிருந்து நடந்து வரும்போது தனக்குத்தானே ``Human madness is oftentimes a cunning and most feline thing. When you think it fled, it may have but become transfigured into some still subtler form``. என்ற மோபிடிக்கின் வரிகளை முணுமுணுத்துக் கொண்டே வருவார்.

எத்தனையோ ஆண்டுகள் மெல்விலைப் பாடமாக நடத்தியபோதும் அவருக்கு சலிக்கவேயில்லை.

ஆங்கில இலக்கியம் படிப்பவர்களில் பெரும்பான்மையினர் போட்டித்தேர்வுகள் எழுதி வேலைக்குப் போவதற்கோ, பிஎட் எம்எட் படித்துவிட்டு ஆசிரியர் வேலைக்குப் போவதற்கோதான் படிக்கிறார்கள். அபூர்வமாக ஒன்றிரண்டு பேர் ஆய்வு மேற்கொள்ள விரும்பும் போதும் ஆர்.கே. நாராயணன் அல்லது அனிதா தேசாய் நாவல்களைத் தான் ஆய்வு செய்கிறார்கள்.

அதிலும் அவரிடம் ஆய்வு செய்ய மாணவிகளே முன்வருகிறார்கள். அந்த மாணவிகளிடம் ஹெர்மன் மெல்வில்

நாவல்களைப் பற்றி ஆய்வு செய்யும்படி கேட்டிருக்கிறார். ஒருவருக்குக் கூட விருப்பமில்லை. அவர்கள் விரும்பிய எழுத்தாளர்களை அவருக்குப் பிடிக்கவில்லை. ஆனாலும் வேலை என்பதால் விருப்பமில்லாமல் வழிகாட்டியாகச் செயல்பட வேண்டியிருந்தது.

பேட்ரிக் கல்லூரியில் பாடமாக வைக்கப்பட வேண்டிய புத்தகங்களை அவர்களே தீர்மானித்துக் கொள்வார்கள். அதற்கென ஒரு கமிட்டி இருந்தது. ஷேக்ஸ்பியரும், மில்டனும், டி.எஸ்.எலியட்டும், வேர்ட்ஸ்வொர்த்தும் எப்படி மாறாமல் எல்லா வருடங்களிலும் பாடமாக இருக்கிறார்களோ அந்த வரிசையில் மெல்விலின் மோபிடிக்கையும் செபஸ்டியன் சேர்த்துவிட்டார்.

ஃபாதர் செபஸ்டியனிடம் சிவப்பு கலிக்கோ பைண்ட் செய்யப்பட்ட மோபிடிக் பிரதி ஒன்றிருந்தது. பிறந்தநாளுக்கு அவரது மனைவி ரீட்டா அளித்த பரிசு என்று ஒருமுறை சொன்னார். அந்த புத்தகத்தைத் தான் செபஸ்டியன் வகுப்பறைக்கு எடுத்துச் செல்வார். வகுப்பறை மேஜையின் மீது வைத்துவிட்டு பாடம் நடத்த ஆரம்பிப்பார். ஒருமுறைக் கூட புத்தகத்தைப் புரட்டியதில்லை. அவர் மனதிலே நாவலின் அத்தனை பக்கங்களும் இருந்தன. வகுப்பை மறந்து அவர் கடலில் சஞ்சரிக்க ஆரம்பித்துவிடுவார்.

"MEDITATION AND WATER ARE WEDDED FOR EVER" என்பதைச் சொல்லும் போது அவரது குரல் உடைந்துவிடும். எத்தனை அழகான வரி என்று தனக்குத்தானே சொல்லிக் கொள்வார். யாராவது அதை ஆமோதித்து உரையாடினால் எவ்வளவு நன்றாக இருக்கும் எனத் தோன்றும். ஆனால் மாணவர்கள் அதை கவனித்தே இருக்க மாட்டார்கள். அந்த முகங்களில் அவரது பரவசத்தின் சுவடிருக்காது. பின்பு தலையசைத்தபடி பாடத்தைத் துவங்குவார். வகுப்பு முடிந்து தனது அறைக்குத் திரும்பும் போது கப்பலில் இரவாகிவிட்டது போல நினைத்துக் கொள்வார்.

மோபிடிக் நடத்துவது தான் அவரது வாழ்க்கையின் விதி என்பது போலவே நடந்துக் கொள்வார்.

ஃபாதர் செபஸ்டியன் ஓய்வு பெறும் நாளில் சிவானந்தத்தை அழைத்து வேடிக்கையான குரலில் சொன்னார்,

“இனி நீங்கள் தான் மோபிடிக்கை துரத்திச் செல்ல வேண்டும்.”

“உங்களைப் போல என்னால் பாடம் நடத்த முடியாது ஃபாதர். நீங்கள் தான் நாவலில் வரும் கேப்டன் ஆஹாப்.”

“நிச்சயமாக இல்லை. நான் நாவலில் வரும் இஸ்மேல். திமிங்கல வேட்டையாடத் தெரியாத பள்ளி ஆசிரியன். ஷேக்ஸ்பியர், மில்டன், ஹோமர் ஆகிய மூன்று ஆவிகள் மெல்வில்லை பிடித்து ஆட்டி வைத்திருக்கின்றன. அவர்கள் மெல்வில் வழியாகப்பேசுகிறார்கள்.மோபிடிக்ஒருநாவலில்லை சிவானந்தம். அது ஒரு ஆன்மீக வழிகாட்டி. மெழுகுவர்த்தி வெளிச்சத்தில் இந்த நாவலை படித்திருக்கிறீர்களா? அது ஒரு பரசவமான அனுபவம். சில இரவுகளில் எனது அறையில் இரண்டு மெழுகுவர்த்திகளை ஏற்றி வைத்து அதன் வெளிச்சத்தில் மோபிடிக் படித்திருக்கிறேன். அந்த வெளிச்சம் தான் மோபிடிக் படிக்க உகந்த ஒளி. அந்த அனுபவத்தை வெளியே சொன்னால் சிரிப்பார்கள். ஒரு நாவலை படிக்கப் புதிய வழிகளை கண்டறிய வேண்டும்” என்று சொல்லி சிரித்தார் செபஸ்டியன்.

“உண்மை தான் ஃபாதர். மோபிடிக்கை நான் ஒருமுறை கடலில் சென்று படிக்க விரும்பினேன். இதற்காகவே அந்தமானுக்கு கப்பலில் பயணம் செய்தேன். கடல்பயணத்தில் மோபிடிக் வாசிக்கும் போது நாவல் உருமாறிவிடுகிறது.”

“இந்த பைத்தியம் தான் நம்மை இணைத்துவைக்கிறது,” என்று சொல்லி சிவானந்தம் கைகளைப் பற்றிக் கொண்டார் ஃபாதர் செபஸ்டியன்.

இருவரும் பேச்சற்று நடந்தார்கள். நிறைய மரங்கள் அடர்ந்த வளாகமது. நிழல் அடர்ந்த பாதையில் நடப்பது என்பது கவிதையை வாசிப்பதற்கு இணையானது என்று ஒருமுறை செபஸ்டியன் தான் சொல்லியிருந்தார். அது இன்றைக்கு நினைவிற்கு வந்தது.

இரண்டு மரங்களுக்கு இடையே நடக்கும் போது செபஸ்டியன் சொன்னார்,

“சிவா மோபிடிக்கை பாடமாக நடத்தும் போது மாணவர்கள் மனதில் அந்தத் திமிங்கலம் நீந்த வேண்டும்.

உண்மையான மோபிடிக் எது என்பதை அவர்கள் உணர வேண்டும். நாம் ஒவ்வொருவரும் ஒரு மோபிடிக்கை துரத்திக் கொண்டுதானிருக்கிறோம். அது மனிதனின் விதி, மாறாதது."

இதைச் சொல்லும் போது தேவாலயபிரசங்கத்தில் சொல்வது போன்ற குரல் அவரிடம் ஒலித்தது.

சிவானந்தம் அப்போது ஒரு மாணவன் போலவே தன்னை உணர்ந்தார். விடைபெற்றுக் கொண்டு தனது வீட்டினை நோக்கி செல்லும் போது செபஸ்டியன் சொன்னார்,

"ஐ லவ் மோபிடிக். மெல்வில் இஸ் கிரேட்!"

அதை ஆமோதிப்பவர் போல சிவானந்தம் கைகளை உயர்த்தி ஆட்டினார்.

மரங்களுக்கு இடையே ஃபாதர் செபஸ்டியன் மிக மெதுவாக நடந்து சென்றார். அதைக் காணும் போது சிவானந்தத்திற்குத் தேசம் இழந்து போன லியர் அரசன் நினைவில் வந்து போனார்.

..

எம்.ஏ. முதலாண்டின் முதற்பருவத்திற்கு மோபிடிக் நாவல் பாடமாக வைக்கப்பட்டிருந்தது. சிவானந்தம் வகுப்பறைக்குள் வந்தவுடன் கரும்பலகையில் ஒரு திமிங்கலத்தின் படத்தை சாக்பீஸால் வரைவார். அதன் அடியில் மோபிடிக் எனப் பெரிதாக எழுதும் போது கரும்பலகை கடல் போலாகி அதில் மோபிடிக் நீந்துவதைப் போல உணருவார்.

பாடமாக வைக்கப்பட்ட நாவல்களை மாணவர்கள் விரும்புவதில்லை. அதைப் படிப்பதை மோசமான தண்டனையாக நினைக்கிறார்கள். ஹென்றி ஜேம்ஸ், வர்ஜீனியாவுல்ப், டி.எஸ்.எலியட் போன்றவர்களை மாணவர்கள் வெறுக்கக் காரணம் அவர்கள் மதிப்பெண்ணிற்கான கேள்வியாக ஆனது தான்.

ஒவ்வொரு ஆண்டும் முதல்வகுப்பில் மோபிடிக்கை அறிமுகப்படுத்தும் முன்பாக அந்த நாவலை யாராவது படித்திருக்கிறார்களா எனக் கேட்பார்.

கிதார் இசைக்கும் துறவி φ 137

அது ஒரு சம்பிரதாயம். நிச்சயம் யாரும் படித்திருக்க மாட்டார்கள்.

ஆனால் அந்த ஆண்டு வழக்கத்திற்கு மாறாக பவித்ரா என்ற மாணவி தான் மோபிடிக்கை படித்திருப்பதாகச் சொன்னது அவரை ஆச்சரியப்படுத்தியது.

நிச்சயம் அந்தப் பெண்ணின் அப்பா அல்லது அம்மா பேராசிரியராக இருக்கக் கூடும் என்று ஏனோ தோன்றியது.

அவளிடம் "உன் அப்பா படித்த புத்தகமா" என்று கேட்டார் சிவானந்தம்.

"இல்லை... நான் வாங்கினேன். என் அப்பாவும் அம்மாவும் டாக்டர்கள். அவர்களுக்கு நாவல் படிக்க நேரமிருப்பதில்லை," என்று அழகான ஆங்கிலத்தில் சொன்னாள் பவித்ரா.

அது கூடுதல் ஆச்சரியத்தை அளித்தது.

"மோபிடிக்கை எத்தனை நாட்களில் படித்தாய்" என்று கேட்டார் சிவானந்தம்.

"822 பக்கங்கள் கொண்ட நாவலை இரண்டு வாரங்களில் படித்து முடித்துவிட்டேன். ஐஸ் ஸ்கேடிங் செல்வது போலிருந்தது. நாவலை எனக்குப் பிடித்திருந்தது." என நுனிநாக்கு ஆங்கிலத்தில் சொன்னாள்

"இதற்கு முன்பு எந்த ஊரில் படித்தாய்" என்று கேட்டார் சிவானந்தம்.

"டெல்லியில். அப்பா எய்ம்ஸில் டாக்டராக வேலை செய்கிறார்" என்றாள்.

டெல்லியில் பி.ஏ. படித்துவிட்டு ஒரு பெண் எம்.ஏ. படிக்க அது போன்ற சிறுநகர கல்லூரிக்கு வந்திருக்கிறாள். இதுவரை அப்படி எவரும் வந்ததில்லை.

அவளது தோற்றத்தை ரசித்துப் பார்த்தார். காதில் பெரிய வளையம், வெள்ளை நிற பிரில்கப் சட்டை. வெளிர் நீல ஜீன்ஸ். அலைபாயும் கண்கள். தோளில் புரளும் வெல்வெட் கூந்தல். லேசாகத் தோல் உரிந்த கீழ்உதடு. இடது கையில் பேனாவை வைத்து ஆட்டிக் கொண்டிருக்கும் பழக்கம். ஆசிரியரின் கண்களைப் பார்த்து பேசும் தோரணை.

அவளைப் பார்த்தபடியே சொன்னார்,

"இனி எனக்குக் கவலையில்லை. நான் பேசுவதைக் கேட்க வகுப்பில் ஒருவராவது இருப்பார்கள்."

"அப்படி கற்பனை செய்ய வேண்டாம். நான் வகுப்பில் தூங்கும் பழக்கம் கொண்டவள்" என்றாள் பவித்ரா.

அந்தக் குறும்பை ரசித்தபடியே அவர் கரும்பலகையில் மோபிடிக் எனப் பெரிதாக எழுதினார். பின்பு அவளிடம் கேட்டார்,

"எதனால் உனக்கு மோபிடிக்கை பிடித்திருக்கிறது?"

"மோபிடிக் அழகான காதல் கதை. கேப்டன் அஹாப் உண்மையில் மோபிடிக்கை காதலிக்கிறார். அவளால் வஞ்சிக்கபடுகிறார். அந்த நினைவுகள் அவரை அலைக்கழிக்கின்றன. அவளைத் தேடிப் போய் தன்னை அழித்துக் கொள்கிறார். எ டிராஜிக் லவ் ஸ்டோரி."

அவள் பேசியதை ஆச்சரியத்துடன் கேட்டுக் கொண்டிருந்தார். இத்தனை ஆண்டுகாலம் மோபிடிக்கை பாடமாக நடத்திய போதும் ஒருமுறை கூட இப்படி யோசித்ததில்லை.

அவள் சொல்வது உண்மை. மோபிடிக் ஒரு காதல்கதை தான்.

அவள் பேசி முடித்தவுடன் கைதட்டி பாராட்டியபடி சொன்னார்,

"மோபிடிக்கின் உண்மையான வாசகி முன்னால் பாடம் நடத்தப் போவது சவாலானது."

அவள் வெட்கத்துடன் சிரித்தபடியே சொன்னாள்,

"பேராசிரியர்களால் உலகின் சிறந்த நாவல்களைக் கூடப் போரடிக்கும் பாடமாக மாற்றிவிட முடியும்."

அதைக்கேட்டு அவரும் சிரித்தார். இந்த வேடிக்கையை வகுப்பறை ரசிக்கவில்லை. அவர்கள் என்ன பேசிக் கொள்கிறார்கள் என்பதையே அறிந்திருக்கவில்லை. சதுரங்க விளையாட்டில் தனது எதிராக ஆடும் நபரை கூர்ந்து கவனிப்பது போல அவளைப் பார்த்தபடியே பாடம் நடத்தத் துவங்கினார் சிவானந்தம்.

கிதார் இசைக்கும் துறவி ϕ 139

அதன்பிறகான நாட்களில் பவித்ரா கவனிக்கிறாளா, தனது உரையை ஏற்றுக் கொள்கிறாளா என்பதையே முதன்மையாக கவனித்தார். அவள் உதடு சுழிப்பதை, கண்கள் சிமிட்டுவதை, கன்னத்தில் காற்றை நிரப்பி விளையாடுவதைக் கூர்ந்து அவதானித்தார். சில நாட்கள் அவள் பாதிக் கண்ணை மூடிக் கொண்டிருப்பாள். அவளை நெருங்கும் போது கவர்ந்திழுக்கும் பெர்ஃப்யூம் வாசனை அடிப்பதை உணர்ந்திருக்கிறார். அவள் வேண்டுமென்றே நாக்கின் நுனியை வெளியே நீட்டி ஆட்டிக் கொண்டிருப்பாள். சொற்களை நாவால் தொட முயலுகிறாளோ என்று தோன்றும்.

சில சமயம் பள்ளி மாணவி போல வகுப்பு நடக்கும் போது "தலைவலிக்கிறது. வெளியே போகலாமா" என்று கேட்பாள். அவள் கேட்கும் எதையும் சிவானந்தம் மறுப்பதில்லை.

அந்தக் கல்லூரியில் அவள் ஒருத்தி தான் ராயல் என்பீல்ட் பைக்கில் வருகிறவள். அதுவும் வேகமாக ஓட்டி வருவாள். ஆங்கிலப் படங்களில் ரேஸ் ஓட்டுகிற பெண்ணை நினைவுபடுத்தினாள்.

ஒரு நாள் ஆடிட்டோரியம் அருகில் நடந்து வரும்போது எதிரே வந்த பவித்ரா கையில் இருந்த ஒரு பேப்பரைக் காட்டிச் சொன்னாள்,

"இது எனக்குத் தரப்படும் முப்பத்திரெண்டாவது காதல் கடிதம். நிறையப் பையன்கள் என்னைக் காதலிக்கிறார்கள். என்னை விட அழகான பெண்கள் இங்கே படிக்கிறார்கள். ஆனால் எவரும் என்னைப் போல வெளிப்படையாகப் பையன்களுடன் பேசுவதில்லை. நாலு வார்த்தை பேசினால் போதும் உடனே காதலிக்க ஆரம்பித்துவிடுகிறார்கள்."

"அது இயல்பு தானே!" என்றார் சிவானந்தம்.

"நீங்கள் ஒருவர் தான் என்னை காதலிப்பதாகச் சொல்லவில்லை." என்று கேலியாகச் சொன்னாள்.

"என் வயது என்னவென்று எனக்குத் தெரியும்" என்று கேலியாகச் சொன்னார் சிவானந்தம்.

"உண்மையில் நான் காதலிக்கும்படி ஒரு பையனும் இங்கே இல்லை. பேசாமல் உங்களை காதலித்துவிடலாமா என்று நினைக்கிறேன்" என்று சொல்லிவிட்டுச் சிரித்தாள்.

"அதற்கு நீ என் மனைவியிடம் அனுமதி பெற வேண்டியதிருக்கும்" என்று சொல்லி அவரும் சிரித்தார்.

முந்தைய ஆண்டுகளை விடவும் அந்த வருடம் மோபிடிக் வகுப்புகள் மிக வேகமாகச் செல்வதைப் போல உணர்ந்தார். அவளது விளையாட்டுத்தனங்களும், நுனி நாக்கு ஆங்கிலமும் வகுப்பு மாணவர்களிடம் வெறுப்பையும் எரிச்சலையும் உருவாக்கியிருந்தன. அதை அவள் ரசித்தாள். வேண்டுமென்றே அதை வளர்த்துவிட்டாள். ஸ்டாஃப்ரூமில் அவரது சக பேராசிரியர்கள் கூட அவளைப் பற்றி மோசமாகக் கமெண்ட் அடித்தார்கள்.

மாடிப்படியில் இறங்கி வரும் போது ஒருமுறை அவரிடம் கேட்டாள்.

"நீங்கள் ஏன் டீசர்ட் அணிவதில்லை? ஆசிரியர்கள் அணியக்கூடாது என்று விதியிருக்கிறதா?"

"ஆமாம். ஆசிரியர்கள் டீசர்ட் அணிந்து வரக்கூடாது" என்றார்.

"சிவப்பு நிற டீசர்ட் உங்களுக்குப் பொருத்தமாக இருக்கும். இளமையாகத் தெரிவீர்கள்" என்றாள்.

"கல்லூரி நாட்களில் கூட நான் டீசர்ட் அணிந்ததில்லை" என்றார் சிவானந்தம்.

"உங்களை யாரும் காதலிக்கவில்லை போலும்" என்று சொல்லிவிட்டுப் படிகளில் தாவி இறங்கி ஓடினாள். அது பூனைக்குட்டி தாவிச்செல்வதைப் போலவேயிருந்தது.

ஸ்டாஃப்ரூமிற்குத் திரும்பிய பிறகு ஏன் அப்படிச் சொன்னாள் என்று யோசித்துக் கொண்டேயிருந்தார். வீடு திரும்பிய பின்பும் அந்த எண்ணம் மாறவில்லை. அன்று மாலை சிவானந்தம் தனது மனைவியை அழைத்துக் கொண்டு வில்லோ பிராண்ட் ஷோரூமிற்குச் சென்றார். முதன்முறையாக இரண்டு டீசர்ட் வாங்கினார். அதுவும் சிவப்பு மற்றும் நீலம். அதை வீட்டிற்கு வந்து அணிந்து பார்த்தபோது அவரது மனைவி சொன்னாள்,

"உங்களைப் பார்த்தால் காலேஜ் ஸ்டுடண்ட் போலிருக்கிறது." அவள் இப்படிச் சொன்னதேயில்லை. அதை ரசித்தபடியே சொன்னார்,

கிதார் இசைக்கும் துறவி ф 141

``அப்படியாவது வயது குறைந்தால் சரி``

அதைக்கேட்டு அவளும் சிரித்தாள். அவர்களுக்குத் திருமணமாகி பதினாறு ஆண்டுகள் ஆன போதும் குழந்தைகள் இல்லை. அதைப் பற்றிய கவலை அவளுக்கு அதிகமிருந்தது. சிவானந்தம் அதைப் பெரிய குறையாக நினைக்கவில்லை. குடும்ப விழாக்களுக்குப் போகும் போது மட்டும் யாராவது இதைப்பற்றிப் பேசினால் எரிச்சல் அடைவார். கடவுள் கருணைகாட்டவில்லை என்று மனதிற்குள் நினைத்துக் கொள்வார்.

சொந்தவாழ்வின் வலிகளை, கவலைகளை இலக்கியம் மறக்க வைத்துவிடுகிறது. அதுவும் திரும்பத் திரும்ப ஒரு புத்தகத்தை வாசிக்கையில் அது மருந்தாக மாறிவிடுகிறது. அதை சிவானந்தம் முழுமையாக உணர்ந்திருந்தார்.

..

மோபிடிக் பற்றி அவ்வளவு ஆசையாக அவருடன் விவாதிக்கும் பவித்ரா. பரிட்சையை மிக மோசமாக எழுதியிருந்தாள். அவசரமாகவும் கிறுக்கலாகவும் இருந்த அவளது பரிட்சை பேப்பரை திருத்தும் போது வேண்டுமென்றே அதிக மதிப்பெண் போட்டார்.

பரிட்சை மதிப்பெண்களை வகுப்பில் பகிரும் போது பவித்ரா கேட்டாள்,

"மார்க் அள்ளி போட்டிருக்கிறீர்கள். நான் ஃபெயிலாக விரும்பினேன்."

"எதற்காக?" என்று கேட்டார்.

"ஃபெயிலாவது ஒரு ஆனந்தம். படிப்பை உதறிவிட்டு பைக்கில் ஊர் சுற்றவே ஆசைப்படுகிறேன்."

"உன்னை நீயே ஏமாற்றிக் கொள்ளாதே" என்றார் சிவானந்தம்.

"உங்களுக்குத் தான் அது பொருத்தமான வார்த்தை" என்று சொல்லி கண்ணைச் சிமிட்டினாள். அதை மாணவர்கள் கவனித்திருக்கக் கூடும். அவள் மீது பார்வையைச் செலுத்தக்கூடாது என்று கவனமாக உணர்ந்தவர் போல மாணவர்கள் பக்கம் நடந்து போனார். அவசரமாக ஒரு மாணவனைப் பாராட்டினார்.

அன்று வகுப்பு முடிந்து திரும்பி வரும்போது பவித்ரா "என்னோடு காபி குடிக்க வருகிறீர்களா?" எனக் கேட்டாள்

இதுவரை எந்த மாணவியும் அவரிடம் இப்படி கேட்டதில்லை. வேண்டாம் என மறுக்க நினைத்தபடியே சரியெனத் தலையசைத்தார்.

அவரே இருவருக்கும் காபி வாங்கி வந்தார். அவள் காபியை சுவைத்தபடியே சொன்னாள்,

"நான் ஒரு பையனை காதலிக்கிறேன். அது என் வீட்டிற்குத் தெரியும். அவனை சந்திக்கக் கூடாது என்பதற்காகத் தான் என்னை இந்தக் கல்லூரியில் சேர்த்திருக்கிறார்கள்."

"அப்படியா?" என்று மெதுவான குரலில் கேட்டார்,

"ரோஷன் டெல்லியில் இருக்கிறான். இந்தக் கல்லூரி, வகுப்பு எதையும் எனக்குப் பிடிக்கவில்லை. நான் திரும்பவும் டெல்லி போக விரும்புகிறேன்."

"படித்து முடித்துவிட்டு போகலாமே!"

"என் அப்பாவை போலவே பேசுகிறீர்கள். ரோஷனை நான் காதலிப்பதா, கூடாதா எனக் குழப்பமாக இருக்கிறது."

"உன் சொந்தவாழ்க்கையைப் பற்றி நான் என்ன சொல்ல முடியும்."

"அதுவும் சரி தான். நானே முடிவு செய்து கொள்கிறேன். ஒரு உண்மையைச் சொல்லட்டும்மா... எனக்கு காபி பிடிக்கவே பிடிக்காது. உங்களுக்காக குடித்தேன்."

என்ற படியே விடைபெற்று போய்விட்டாள்.

அதன்பிறகு அடிக்கடி அவள் கல்லூரிக்கு வராமல் லீவு எடுத்தாள். கல்லூரி வளாகத்தில் ஒருமுறை அவள் சிகரெட் பிடித்தபடி நிற்பதைக் கண்டார். வேறு ஒரு நாள் யாரோ ஒரு பையனுடன் கைகோர்த்து நடந்துப் போவதைப் பார்த்தார். ஏனோ அது பிடிக்கவில்லை. இன்னொரு நாள் நூலகத்தின் படிக்கட்டில் அந்தப் பையன் மடியில் தலைவைத்து அவள் படுத்துக்கிடப்பதை கண்டார்.

ரோஷனை காதலித்த பெண் இப்படி நடந்து கொள்கிறாளே என்று அவருக்கும் குழப்பமாக இருந்தது.

..

பின்பு ஒரு ஞாயிற்றுகிழமை பவித்ரா அவர் வீட்டின் அழைப்பு மணியை அழுத்தியபடி வாசலில் நின்றிருந்தாள். அதை அவர் எதிர்ப்பார்க்கவேயில்லை.

கதவைத் திறந்த அவரது மனைவி "யாரோ ஒரு ஸ்டூடண்ட் உங்களைப் பாக்க வந்திருக்காள்" என்று சொன்னாள்.

அது பவித்ரா என்பது வியப்பாக இருந்தது.

வீட்டிலிருக்கும் போது அவர் டீசர்ட் அணிந்திருந்தார். அவள் அதைப் பார்த்து ரசித்தபடியே சொன்னாள்,

"நான் சொன்னதற்காக டீ சர்ட் போட ஆரம்பித்து விட்டீர்களா. சூப்பர்."

அதைக் கேட்டதும் அவரது மனைவியின் முகம் மாறியது.

"உங்களைத் தொந்தரவு பண்ணலையே!" என்று கேட்டாள்,

"அதெல்லாம் இல்லை," என்றார்.

"உங்களது லைப்ரரியை பாக்கணும்னு ஆசையா இருந்துச்சி. பாக்கலாமா."

"அப்படி ஒண்ணும் பெரிய லைப்ரரி என்னிடம் இல்லை."

"நிச்சயம் உங்க புத்தகம் எதையும் திருட மாட்டேன்."

"மாடியில இருக்கு. வா பார்க்கலாம்..." என்று அவளைத் தனது அறைக்கு அழைத்துப் போனார்.

புது வீடு கட்டும் போது மாடியில் அவருக்கான ஒரு அறையை அமைத்துக் கொண்டதோடு அதன் சுவர்களில் அழகான புத்தக அடுக்கினை வடிவமைத்திருந்தார். இரண்டு பக்கமும் நீளும் அந்தப் புத்தக அடுக்குகள் அவரது மேஜையிலும் அதைச் சுற்றிய மரப்பலகையிலும் நிறையப் புத்தகங்கள். அவள் அவரது ஹெர்மன் மெல்வில் கலெக்ஷனை பார்வையிட்டுப் பாராட்டினாள். சில்வியா பிளாத் கவிதைகள் நூலை எடுத்துப் புரட்டினாள். அவர்களுக்காக சர்பத் தயாரித்துக் கொண்டு வந்திருந்த மனைவி அதைக் கொடுத்தபோது பவித்ரா வாங்கிக் கொண்டபடியே "நீங்க லவ் மேரேஜா?" என்று கேட்டாள். "இல்லை..." என்று அவரது மனைவி தலையாட்டினாள்.

"நீங்க இவர்கிட்ட படிச்சிருந்தா நிச்சயம் இவரை லவ் பண்ணீருப்பீங்க" என்று கேலியாக சொன்னாள்.

அதைச் சிவானந்தத்தின் மனைவி ரசிக்கவில்லை. அவள் வேண்டுமென்றே கேட்டாள்,

"எலுமிச்சம்பழம் புளிப்பு ஜாஸ்தியா இருந்துச்சி. சர்பத் ஓகேவா?"

அவர் நன்றாக இருப்பதாகத் தலையாட்டினார்.

பவித்ரா வில்லியம் கார்லோஸ் வில்லியம்ஸ் கவிதைகள் நூலையும், ரேமண்ட் கார்வர் சிறுகதை புத்தகத்தையும் திருடிக் கொள்வதாகச் சொன்னாள்.

"திருட்டை அனுமதிக்கிறேன்..." என்று சொல்லிச் சிரித்தார்.

அதை பவித்ரா ரசிக்கவில்லை. வேண்டாம் என்று அந்தப் புத்தகங்களை அங்கேயே விட்டுச் சென்றாள்.

அவள் விடைபெற்று சென்றபிறகு சிவானந்தத்திடம் மனைவி கேட்டாள்,

"யார் இந்தப் பொண்ணு?"

"டாக்டர் மகள். டெல்லியில் இருந்து வந்திருக்கிறாள். சரியான லூசு."

அப்படிச் சொன்னதை ஏற்றுக் கொள்வது போல அவரது மனைவி சொன்னாள்,

"ஆளும் அவ பேச்சும்... சகிக்கலை."

ஆமாம் என்பது போலத் தலையாட்டினார்.

மறுநாள் வகுப்பிற்குச் சென்றபோது பவித்ராவை காணமுடியவில்லை. அன்று மதியம் ஒரு பையனுடன் அவள் ஸ்போர்ட்ஸ் ரூமில் முத்தமிட்டுக் கொண்டிருந்த போது பிடிபட்டதாக வகுப்பில் பேசிக் கொண்டார்.

பிரின்சிபல் சாமுவேல் அவரை அழைத்திருந்தார். பிரின்சிபல் அறையில் எந்தக் குற்றவுணர்வும் இல்லாமல் பவித்ரா நின்றிருந்தாள்.

"இந்தப் பொண்ணு உங்க கிளாஸ்ல எப்படி நடந்துக்குவா" என்று கேட்டார் பிரின்சிபல்.

கிதார் இசைக்கும் துறவி ϕ 145

என்ன பதில் சொல்வது எனத் தெரியவில்லை. தனது உணர்ச்சிகளைக் காட்டிக் கொள்ளாமல் சொன்னார்

“Notorious Girl”

“நம்ம காலேஜ் பேரை கெடுக்கிற மாதிரி காரியம் பண்ணியிருக்கா. அவளைச் சஸ்பெண்ட் பண்ணலாமானு நினைக்கிறேன். என்ன சொல்றீங்க” எனக் கேட்டார் பிரின்சிபல்.

பவித்ரா குறுக்கிட்டு சொன்னாள்,

“கிஸ் பண்ணுறது என்னோட தனிப்பட்ட விஷயம். இதுல தலையிட யாருக்கும் உரிமை கிடையாது.”

“இது காலேஜ்!” என்று குரலை உயர்த்திச் சொன்னார் பிரின்சிபல்.

“சோ வாட்? என்னை விசாரிக்க உங்களுக்கு உரிமை கிடையாது. நீங்க என்ன வேணும்னாலும் முடிவு எடுத்துக் கோங்க” என வெளியேறிச் சென்றாள்.

அவள் முத்தமிட்ட பையன் மன்னிப்புக் கேட்டு கடிதம் எழுதிக் கொண்டிருந்தான்.

பிரின்சிபல் அறையை விட்டு வெளியே செல்லும் போது சிவானந்தம் அருகில் வந்து சொன்னாள்,

“மோபிடிக்கை பாடமாக நடத்தினால் போதாது. அதை வாழ்க்கையில் சந்திக்க துணிச்சல் வேண்டும்.”

அவருக்கு என்ன பதில் பேசுவது எனத் தெரியவில்லை. பவித்ராவின் தாத்தா அந்த ஊரில் பெரிய வணிகர் என்பதால் அவளை எச்சரிக்கை செய்து அனுப்பியதோடு வேறு எந்த நடவடிக்கையும் முதல்வர் எடுக்கவில்லை.

ஆனால் அதன்பிறகான நாட்களில் பவித்ரா அணிந்து வரும் உடைகளில் மாற்றம் ஏற்பட்டது. தனது உடலை வெளிப்படுத்தும்படியாக மெல்லிய ஆடைகள் அணிந்து வந்தாள். வகுப்பில் சூயிங்கம் மென்றாள். வேண்டுமென்றே பையன்களை பைக்கில் பின்னால் அழைத்துச் சுற்றினாள். சிவானந்தம் இல்லாத நேரம் இரண்டு முறை அவரது வீட்டிற்குச் சென்று அவர் மனைவியோடு பேசிக் கொண்டிருந்தாள். அவளை எப்படிக் கையாளுவது என சிவானந்ததிற்குப் புரியவில்லை.

ஒரு நாள் காரிடாரில் வைத்து அவரிடம் கேட்டாள்,

"உங்கள் புருவத்திற்கு நடுவே என்றாவது கழுகு சுற்றுவது போல உணர்ந்திருக்கிறீர்களா?"

"இல்லை..." எனத் தலையாட்டினார்.

"என் புருவ மத்தியில் எப்போதும் ஒரு கழுகு சுற்றிக் கொண்டிருக்கிறது. அது என்னை நிம்மதியில்லாமல் ஆக்குகிறது. எனக்கு என்ன வேண்டும் என்று தெரியவில்லை. ஆனால் எதையும் பிடிக்கவில்லை."

"நீ மற்றவர்களைத் தொந்தரவு செய்கிறாய்."

"அதை தெரிந்தே செய்கிறேன். என்னை இவர்கள் அவமதிக்கிறார்கள். நான் ஒரு சராசரியில்லை."

"இது டெல்லி இல்லை."

"எல்லா ஊர்களிலும் ஒன்று போலத் தான் நடந்து கொள்கிறார்கள். இந்தப் பெருச்சாளிகளை நான் வெறுக்கிறேன்."

பதிலை எதிர்பார்க்காமல் அவள் விலகிச் சென்றுவிட்டாள்.

அதன்பிறகு பவித்ரா கல்லூரிக்கு வரவில்லை.

அவள் ஆசைப்பட்டது போல பைக்கில் நீண்ட தூர பயணம் போய்விட்டாள் என்பதை அறிந்து கொண்டார். அவள் வகுப்பில் இல்லாத போதும் அவள் இருப்பது போலவே உணர்ந்தார். அவளைத் திரும்பக் காண வேண்டும் என்ற வேட்கை அவருக்குள் அதிகமானது. திடீரெனத் தான் மோபிடிக் நாவலின் கதாபாத்திரம் போலாகிவிட்டதாக உணர்ந்தார். அவளை எப்படியாவது மறக்க வேண்டும் என முனைந்தார். அவள் ஆழ்கடலில் நீந்தும் திமிங்கலம் போல மனதில் நீந்திக் கொண்டேயிருந்தாள்.

ஆறு மாதங்களுக்குப் பிறகு ஒரு நாள் இரவு அவரோடு தொலைபேசியில் பேசிய பவித்ரா தான் லடாக்கில் சுற்றுவதாகச் சொன்னாள். அடுத்த ஆண்டு எங்கிருந்தோ அவருக்கு ஒரு மோபிடிக் டீசர்ட் ஒன்றை வாங்கி அனுப்பியிருந்தாள். அவரால் அவளை மறக்க முடியவேயில்லை. அவரது தோலில் தேமல் போன்ற அலர்ஜி மறுபடியும் உருவாக ஆரம்பித்தது.

கிதார் இசைக்கும் துறவி ϕ 147

அதைக் கண்ட அவரது மனைவி ஆதங்கத்துடன் கேட்டாள்,

"மனதில் எதையோ மறைக்கிறீர்கள்..."

அவளிடம் சிவானந்தம் சொன்னார்,

"எனக்கு மோபிடிக் நடத்தப் பிடிக்கவேயில்லை. ஆனால் அதை நடத்த வேண்டியுள்ளது."

"வேறு யாரையாவது பாடம் எடுக்கச் சொல்ல வேண்டியது தானே?" என்று கேட்டாள்.

"அதைத் தான் சொல்லியிருக்கிறேன். இனி நான் மோபிடிக் நடத்தப்போவதில்லை."

"நமக்குப் பிடிக்காத விஷயங்களை விடவும் பிடித்த விஷயங்கள் தான் அதிகம் தொந்தரவு தருகின்றன" என்று அவரது மனைவி சொன்னாள்.

எவ்வளவு அழகாகப் பேசுகிறாள் என்று வியப்போடு அவளைப் பார்த்துக் கொண்டிருந்தார்.

அதன்பிறகு சிவானந்தம் மோபிடிக் எடுக்கவே இல்லை...

தேசாந்திரி பதிப்பகம்

உபபாண்டவம்	ரூ.375
நெடுங்குருதி	525
யாமம்	400
துயில்	525
சஞ்சாரம்	360
இடக்கை	375
பதின்	250
கடவுளின் நாக்கு	380
உலக இலக்கியப் பேருரைகள்	325
எழுத்தே வாழ்க்கை	175
பதினெட்டாம் நூற்றாண்டின் மழை	230
தாவரங்களின் உரையாடல்	150
வெயிலைக் கொண்டு வாருங்கள்	140
விழித்திருப்பவனின் இரவு	225
காற்றில் யாரோ நடக்கிறார்கள்	325
கோடுகள் இல்லாத வரைபடம்	75
மலைகள் சப்தமிடுவதில்லை	250
வாசகபர்வம்	210
காண் என்றது இயற்கை	115
செகாவின் மீது பனி பெய்கிறது	150
கூழாங்கற்கள் பாடுகின்றன	75
எனதருமை டால்ஸ்டாய்	100

ரயிலேறிய கிராமம்	150
உலகை வாசிப்போம்	200
நாவலெனும் சிம்பொனி	140
இலக்கற்ற பயணி	175
செகா வா கிறார்	150
தனிமையின் வீட்டிற்கு நூறு ஜன்னல்கள்	150
காட்சிகளுக்கு அப்பால்	75
கால் முளைத்த கதைகள்	100
எலியின் பாஸ்வேர்டு	35
சிரிக்கும் வகுப்பறை	110
விலங்குகள் பொய் சொல்வதில்லை	225
கதாவிலாசம்	380
தேசாந்திரி	275
துணையெழுத்து	380
எனது இந்தியா	650
மறைக்கபட்ட இந்தியா	375
நிமித்தம்	450
நம் காலத்து நாவல்கள்	350
எஸ்.ராமகிருஷ்ணன் நேர்காணல்கள்	250
நகுலன் வீட்டில் யாருமில்லை	150
புத்தனாவது சுலபம்	200
காந்தியோடு பேசுவேன்	175
உறுபசி	175
ஆதலினால்	175
சிறிது வெளிச்சம்	450
இந்தியவானம்	240
வீடில்லா புத்தகங்கள்	250
நூறு சிறந்த சிறுகதைகள்	1100

அப்போதும் கடல் பார்த்துக்கொண்டிருந்தது	150
சைக்கிள் கமலத்தின் தங்கை	160
ஏழு தலைநகரம்	200
அயல் சினிமா	150
ஆயிரம் வண்ணங்கள்	140
பேசத்தெ ந்த நிழல்கள்	180
இருள் இனிது ஒளி இனிது	180
பறவைக் கோணம்	180
சாமுராய்கள் காத்திருக்கிறார்கள்	270
பெயரற்ற நட்சத்திரங்கள்	200
அரூபத்தின் நடனம்	350
திரையெங்கும் முகங்கள்	450
கிறுகிறு வானம்	80
அக்கடா	130
சித்திரங்களின் விசித்திரங்கள்	110
மழைமான்	160
குறத்திமுடுக்கின் கனவுகள்	160
கலிலியோ மண்டியிடவில்லை	125
பிகாசோவின் கோடுகள்	150
நிறங்களை இசைத்தல்	130
மோனேயின் மலர்கள்	130
மண்டியிடுங்கள் தந்தையே	350
ஐந்து வருட மௌனம்	400
பகலின் சிறகுகள்	160
வான் கேட்கிறது	260
நீலச்சக்கரம் கொண்ட மஞ்சள் பேருந்து	70
டான் டூனின் கேமரா	150
ஒரு சிறிய விடுமுறைக்கால காதல் கதை	230

பறந்து திரியும் ஆடு	100
கால் முளைத்த கதைகள்	100
ஆலிஸின் அற்புத உலகம்	120
மேற்கின் குரல்	100
அபாயவீரன்	60
காலத்தின் சிற்றலை	180
ரயில் நிலையங்களின் தோழமை	125
நிலம் கேட்டது கடல் சொன்னது	125
அவளது வீடு	270
தேவமலர்	150
சித்தார்த்தா	150
முறிந்த பாலம்	160
இந்த நகரத்தில் திருடர்களே இல்லை	160
பலிபீடம்	180
ஒயிட் ஃபேங்	350
கதைகள் செல்லும் பாதை	150
கவிதையின் கையசைப்பு	160
வாக்கியங்களின் சாலை	
பதேர் பாஞ்சாலி நிதர்சனத்தின் பதிவுகள்	
உலக சினிமா	
குற்றத்தின் கண்கள்	
என்றார் போர்ஹே	